बदलता ग्रामीण महाराष्ट्र

शेखर गायकवाड

सकाळ प्रकाशन

सकाळ प्रकाशन

Badalta Gramin Maharashtra
© Shekhar Gaikwad, 2023

बदलता ग्रामीण महाराष्ट्र
© शेखर गायकवाड, २०२३

प्रथम आवृत्ती : ऑगस्ट २०२३

प्रकाशक : सकाळ मीडिया प्रा. लि.
५९५, बुधवार पेठ,
पुणे ४११ ००२

मुखपृष्ठ : शिवदास मोरे

मांडणी : संदीप घावरे

मुद्रणस्थळ : विकास प्रिंटिंग अँड कॅरिअर्स प्रा. लि.
प्लॉट नं. ३२, एमआयडीसी, सातपूर, नाशिक

ISBN : 978-81-19311-17-0

संपर्क : ०२०-२४४० ५६७८ / ८८८८८ ४९०५०
sakalprakashan@esakal.com

बदलत्या ग्रामीण महाराष्ट्राचे अचूक निदान असणारे माझे वडील

कै. नारायण रावजी गायकवाड उर्फ आप्पासाहेब

यांच्या स्मृतीस....

प्रस्तावना

प्रशासनात पारदर्शक, तडफदार आणि लोकाभिमुख अधिकाऱ्यांची एक वेगळी श्रेणी असते. श्री. शेखर गायकवाड यांचा समावेश अशा दुर्मिळ होत चाललेल्या अधिकाऱ्यांच्या श्रेणीत करावा लागेल. श्री. गायकवाड आता सेवानिवृत्त झाले असले तरी त्यांच्यावर प्रेम करणाऱ्यांची संख्या घटलेली नाही. राजकीय नेत्यांपासून ते शेतकऱ्यांपर्यंत सर्वांना हा जिंदादिल अधिकारी हवाहवासा वाटतो, तो त्यामुळेच! त्यांनी जाईल तेथे आपल्या कार्यकर्तृत्वाचा अमीट ठसा उमटवला. प्रशासकीय सेवेच्या अखेरच्या टप्प्यात त्यांनी साखर आयुक्तालयासारख्या काटेरी मुकुट मानल्या जाणाऱ्या विभागाचे नेतृत्व केले. ते करत असताना नुसतीच खुर्चीची शोभा वाढवली नाही तर उसाच्या रास्त आणि किफायतशीर किमती (एफआरपी) सारखा कारखानदार आणि शेतकऱ्यांच्या दृष्टीने संवेदनशील विषयही ताकदीने हाताळला. त्यावर कायमस्वरूपी म्हणता येईल असा तोडगा काढला, ज्यामुळे कारखानदार आणि ऊस उत्पादक शेतकरी यांच्यातील टोकदार संघर्षाला आळा बसला.

प्रशासकीय अधिकारी म्हणून श्री. गायकवाड यांनी विविध ठिकाणी विविध पदांवर काम केले. ते करीत असताना प्रत्येक वेळी आपले असे वेगळे काही त्यांनी त्या त्या ठिकाणी निर्माण केले. त्यातून लोकांची उमेद तर वाढलीच, पण त्याचबरोबर तिथल्या सामाजिक, आर्थिक विकासातही मोलाची भर पडली. प्रशासकीय कामाचा ताण असूनही सतत हसतमुख राहणाऱ्या गायकवाड यांनी सरकारी कामापलीकडे जाऊन समाजासाठी काही वेगळे काम करण्याचा संकल्प वर्ष १९९६मध्ये केला आणि तो पूर्णत्वासही नेला. त्यांनी शेतकरी आणि स्पर्धा परीक्षेच्या विद्यार्थ्यांसाठी दरवर्षी किमान एक पुस्तक लिहायचे ठरवले. मराठी आणि इंग्रजीत आजवर त्यांची २३ पुस्तके प्रकाशित झाली आहेत. केवळ शेती-मातीवरील अलोट प्रेमापोटीच त्यांना हे करता

आले. *शेतीचे कायदे, शेतकऱ्यांनो जमिनी सांभाळा, गोष्टीरूप जमीन व्यवहार नीती, लॅन्ड इश्यूज इन इंडिया, लॅन्ड लॉज इन महाराष्ट्र, प्रशासनाच्या नव्या वाटा, महाराष्ट्राची भूजलगाथा, एफआरपी पुस्तिका* ही नावे जरी पाहिली तरी त्यांच्या लिखाणातील वैविध्य आणि शेती-मातीशी असलेले जोडलेपण ठळक व्हावे. स्पर्धा परीक्षेच्या विद्यार्थ्यांना मार्गदर्शन हा त्यांच्या आवडीचा विषय. त्याचबरोबर महसूल अधिकाऱ्यांना महसुली कायद्याचे प्रशिक्षण देण्यातही त्यांचा हातखंडा आहे.

श्री. गायकवाड दीर्घ काळापासून सकाळ माध्यम समूह आणि विशेषतः 'ॲग्रोवन'शी जोडलेले आहेत. 'ॲग्रोवन'मध्ये त्यांनी वर्षभर लिहिलेल्या लेखमालेचे रूपांतर 'बदलता ग्रामीण महाराष्ट्र' या नावे प्रस्तुत पुस्तकात झाले आहे आणि सकाळ प्रकाशनाच्या वतीने ते प्रकाशित होते आहे, याचा विशेष आनंद मला होतो आहे. बदल हीच एक नित्य गोष्ट आहे, असे म्हटले जाते. आपण बदलाचे वाहक असतो. साक्षीभावाने हा बदल टिपण्याचे काम मोलाचे असते. हा बदल टिपून तो लोकांच्या लक्षात आणून देण्याबरोबरच त्याच्या दस्तऐवजीकरणाचे महत्त्वाचे काम हे पुस्तक करते. श्री. गायकवाड यांनी पुस्तकाच्या पहिल्या प्रकरणात उल्लेख केल्याप्रमाणे त्रिं. ना. आत्रे यांनी वर्ष १९१५मध्ये *गावगाडा* या पुस्तकात महाराष्ट्राच्या ग्रामीण भागातील चालीरीती, समाजजीवन, रुढी-परंपरा यांचे चित्रण केले. हा या स्वरूपाचा पहिलाच प्रयोग होता. त्यामुळे *गावगाडा* हे पुस्तक आजही संदर्भ साहित्य म्हणून आपले महत्त्व राखून आहे. श्री. गायकवाड यांनी त्याच्या पुढच्या टप्प्यात झालेल्या बदलांचा धांडोळा या पुस्तकात घेतला आहे आणि त्याचे मोल *गावगाडा* इतकेच आहे. हलक्याफुलक्या शैलीतील या लिखाणाने वाचकांना ज्ञान तर मिळेलच, पण त्याचबरोबर त्यांचे मनोरंजनही होईल. निवृत्तीच्या काळात श्री. गायकवाड यांच्या हातून अशीच लेखनसेवा घडत राहो, ही शुभेच्छा!

– प्रतापराव पवार

अध्यक्ष, सकाळ माध्यम समूह

मनोगत

दैनिक सकाळच्या 'अॅग्रोवन' या प्रसिद्ध कृषीविषयक दैनिकाने 'बदलता ग्रामीण महाराष्ट्र' या सदराखाली माझे लेखन प्रसिद्ध केले. त्या सर्व भागांमधून महाराष्ट्राचे ग्रामीण जीवन ज्यांनी अनुभवले आहे, त्यांना अतिशय भावलेले वर्णन होते. जमीन धारणा पद्धती, महसूल पद्धती, टपाल व्यवस्था, ग्रामीण खेळ, नोकरशाहीमधील बदल तर टिपलेच, परंतु त्याबरोबरच सणवार, धार्मिक संस्था आणि एकूणच आपले जगणे कसे बदलले यावर सहजतेने भाष्य करणारे हे सर्व लेख होते.

महाराष्ट्रातील हा बदल प्रत्येकाला प्रकर्षाने जाणवण्यासारखा होता. अनेकांच्या मनामध्ये या बदलाबद्दल सतत एक भावना राहिली असावी, जी या लेखांमध्ये प्रतिबिंबित झाल्यानंतर त्याला स्वतःचीच ती भावना आहे असे जाणवले, ते याच कारणामुळे!

विवाह पद्धती असो की लोकजीवनातील संक्रमण, फॅशननुसार बदललेले दागिने किंवा बलुतेदारीमधील बदल या महत्त्वाच्या विषयांना स्पर्श करणारे हे लेखन होते. प्लेगपासून कोरोनापर्यंत झालेले आरोग्यविषयक बदल, वृत्तपत्रांचे बदलते जग, बदलता प्रवास, पर्यटनाच्या नव्या दिशा, 'बाजारहाट ते बिग बास्केट' या अनेक महत्त्वाच्या मुद्द्यांद्वारे महाराष्ट्रामध्ये नक्की कसा बदल झाला, हे सोप्या, सहज भाषेमध्ये मी व्यक्त करू शकलो. अगदी स्मशानभूमीमध्येसुद्धा गेल्या शंभर वर्षांत कोणते बदल झाले, हे हलक्याफुलक्या शैलीत मांडल्यामुळे सर्वांना आवडले.

महाराष्ट्रातील तमाम आबालवृद्धांना हे लेखन अतिशय आवडत असे. लोकसेवा आयोगाच्या परीक्षा देणाऱ्या विद्यार्थ्यांना शेकडो पुस्तकांमधून जी माहिती गोळा करावी लागली असती, ती या लेखनातून सहजपणे व सोप्या भाषेत त्यांना समजली. महाराष्ट्रातील अनेक विद्यार्थ्यांनी अंतिम मुलाखतीच्या वेळी या लेखनाचा अतिशय उपयोग झाला, अशी सकारात्मक प्रतिक्रिया व्यक्त केली.

जो काळ आपल्या हातातून निसटला आहे व ज्याच्या रम्य आठवणी आजही लाखो लोकांच्या स्मरणामध्ये आहेत, त्यांना जणू पुन्हा ते आयुष्य जगल्याचा म्हणजेच पुन:प्रत्ययाचा आनंद या लेखनातून मिळाला.

अशा या लेखमालेचे पुस्तकामध्ये रूपांतर होत असून महाराष्ट्रातील तमाम वाचक याचा आनंद घेतील, असा मला विश्वास आहे.

– शेखर गायकवाड

अनुक्रमणिका

१.

लुप्त होतेय शीव आणि पायवाटही...

गेल्या १०० वर्षांत भारतातील ग्रामीण भाग झपाट्याने बदलला आहे. असे म्हणतात की, माणूस थोडा सुधारला म्हणून कपडे घालायला लागला व शेती करू लागला. या घटनेला सुमारे ५० हजार वर्षे होऊन गेली. साधारणपणे ५० हजार वर्षे म्हणजे ८५० पिढ्या मानले, तर गेल्या ८४९ पिढ्यांमध्ये जेवढा बदल झाला नाही, त्यापेक्षा जास्त बदल ८५०व्या पिढीमध्ये झाला आहे, असे काही तज्ज्ञ सांगतात. महाराष्ट्रातील त्रिं. ना. आत्रे नावाच्या मामलेदारांनी वर्ष १९१५मध्ये *गावगाडा* हे पुस्तक लिहिले. एकेकाळी हे पुस्तक आयएएसच्या परीक्षेलादेखील मराठी विषय घेणाऱ्या विद्यार्थ्यांना अभ्यासासाठी देण्यात आले होते. गेला १००-१५० वर्षांचा काळ अधिक झपाट्याने अधिक वेगाने बदलल्याचेही सर्वांना माहीत आहे. या बदललेल्या ग्रामीण जीवनाच्या विविध पैलूंना शब्दबद्ध करण्याचा प्रयत्न येथे केला आहे. त्यामध्ये ग्रामीण संस्कृती, परंपरा, रूढी, वहिवाट, शेती, शेती विकासाची साधने, मालमत्ता, शिक्षण, आरोग्य व प्रशासन अशा सर्व क्षेत्रांत आमूलाग्र बदल

जिच्याभोवती कीर्दसार-वहिवाटीला योग्य अशी जमीन आहे आणि जिच्यामध्ये मातब्बर शेतकरी व पुष्कळसे मजूर आहेत, अशा वस्तीला 'गाव' म्हणतात. प्रत्यक्षात हजारो गावांची ही ओळखसुद्धा संपुष्टात आली आहे. शहरीकरण झाल्यामुळे महाराष्ट्रात 'शहरी गाव' अशी व्याख्या ५० टक्क्यांपेक्षा जास्त गावांना लागू होते.

झालेला आहे. १०० वर्षांपूर्वी आपल्या ग्रामीण जीवनात ज्या शब्दांना अर्थ होता तो अर्थ तर बदलला आहेच; परंतु मूळ शब्दसुद्धा नाहीसे होत आहेत. कॉन्व्हेन्टमध्ये शिकणाऱ्या नातवाला 'हुरडा' हा शब्द माहिती नसेल, तर या शब्दाबरोबरच असलेला संपूर्ण सांस्कृतिक वारसा तो गमावून बसण्याची शक्यता नाकारता येत नाही. संपूर्ण अतिक्रमण करून टाकल्यामुळे जुनी पाणंद दिसत नाही. पायवाटा तर राहिल्याच नाहीत. 'शीव' पाहायला न मिळाल्यामुळे 'शिवेचा रस्ता' या शब्दाचा अर्थसुद्धा हळूहळू लोप पावत चालला आहे.

जिच्याभोवती कीर्दसार-वहिवाटीला योग्य अशी जमीन आहे आणि जिच्यामध्ये मातब्बर शेतकरी व पुष्कळसे मजूर आहेत, अशा वस्तीला 'गाव' म्हणतात. प्रत्यक्षात हजारो गावांची ही ओळखसुद्धा संपुष्टात आली आहे. शहरीकरण झाल्यामुळे महाराष्ट्रात 'शहरी गाव' अशी व्याख्या ५० टक्क्यांपेक्षा जास्त गावांना लागू होते. गावातील पांढरी माती आणून घरे बांधलेली गावठाण ही जागा 'पांढरी' म्हणून मानली जात होती आणि शेती नांगरल्यामुळे काळीभोर दिसते म्हणून 'काळी' हा शब्द आला असावा असे म्हणतात. मी या 'पांढरी'मध्ये जन्माला आलो असे म्हणणारा माणूस आयुष्यभर काळ्या आईची सेवा करत 'या काळ्या मातीत मी मरणार' असेदेखील बोलत असे. 'दोन रुपये 'काळी' देतो,' म्हणून काळ्या जमिनीचा जमीन महसूल म्हणून तो दोन रुपये भरत असे. १९५०च्या दशकात झालेल्या जमीन सुधारणा कायद्यातील बदलांमुळे, औद्योगिक क्रांतीमुळे, पुरोगामी चळवळीमुळे, मोठ्या प्रमाणावर विकास कामे झाल्यामुळे, भूसंपादन कायदा बदलल्यामुळे, शेतीमध्ये अद्ययावत यंत्रे आल्यामुळे, पीक पद्धती बदलल्यामुळे, न्यायव्यवस्था, प्रशासन यामध्येसुद्धा आमूलाग्र बदल झाल्यामुळे ग्रामीण जीवन झपाट्याने बदलले आहे. नवी सामाजिक समीकरणे निर्माण झाली आहेत.

❖❖❖

२.

बदलते गाव-कारभारी

दीडशे वर्षांपूर्वी गावे जरी स्वतंत्र व स्वयंपूर्ण झालेली असली तरी गावांचा संबंध त्यांच्यावर नियंत्रण ठेवणाऱ्या, पण गावात न राहणाऱ्या अंमलदारांशीही येत असे. दक्षिण भारतातील राज्यांमध्ये सर्वांत मोठे सरकार, सरकारमध्ये परगणा, त्याच्या आत कर्यात, कर्यातमध्ये समंत, समंतमध्ये महाल आणि महालाच्या आत तालुका अशी रचना होती. मराठेशाहीमध्ये सरासरी ६० गावे मिळून तरफ, दीडशे गावापर्यंत दोन किंवा जास्त तरफा मिळून महाल किंवा परगणा आणि काही परगणे मिळून सुभा बनत असे. सुभ्याच्या प्रमुखास सुभेदार म्हणत असत आणि महाल परगण्यावर हवालदार, कमाविसदार, मामलेदार काम करीत.

गावचा मुख्य हिशेबी कागद जमिनीविषयी असे आणि त्याला 'इजारपट' असे म्हणत. इजारपट हा महत्त्वाचा कागद म्हणजेच पट ठेवणारा कर्मचारी म्हणजे 'पटवारी'. जमिनीनिहाय कुळांची नोंदणी करणारी व्यक्ती म्हणजे 'कुळकर्णी'. तो गावांमधील सर्व कुळांची नोंद ठेवत असे आणि कुळे असलेली जमीन किती याचा हिशोब मांडत असे. गाव मुकादमाची कामे पाटील करीत. पाटील हा गावातला प्रमुख माणूस. कोणत्याही प्रश्नामध्ये गावाची बाजू सावरून धरताना सरकारच्या वतीने महसुलाची वसुली करणे हे पाटलाचे मुख्य काम होते. गावच्या कारभाऱ्यांमध्ये सगळ्यांत मोठा माणूस म्हणजे गावाचा पाटील. त्या त्या गावापुरते राजाचे बहुतेक सगळे अधिकार पाटलांना असत. मुलकी, दिवाणी आणि फौजदारी अशा सर्व प्रकारची कामे पाटलांकडे होती. गावाचे महसुली देणे निश्चित करणे, गावाची तगाई मंजूर करून आणणे, ती फेडण्याची जबाबदारी घेणे, गावात आलेल्या नवख्या लोकांची माहिती घेणे, संशयित गुन्हेगारांना

पकडणे, गावात आलेल्या मोठ्या अंमलदाराची बडदास्त ठेवणे अशी अनेक कामे पाटलांकडे असत.

इंग्रज सरकारने त्यांचे राज्य आल्यावर गावात काम करणाऱ्या अशा वतनदारांची यादी केली व त्यांचे तीन भागांमध्ये वर्गीकरण केले. सरकारी कामासाठी किंवा सरकारला महसूल मिळवून देण्यासाठी उपयोगी पडणारे झाले सरकारोपयोगी वतनदार. जनतेची कामे करणारे रयतोपयोगी वतनदार आणि तिसरा वर्ग म्हणजे सरकार आणि रयत या दोघांनाही उपयोगी नाहीत असे निरुपयोगी वतनदार इंग्रजांनी निश्चित केले. हळूहळू गावांची वतनदारी निहाय जातवार वाटणी झाली. चावडीचे काम करणारे, जागल्याची काम करणारे, गावची व कामगारांची वेठबिगर वाहणारे, जमीन महसुलाच्या पट्टीसाठी लोकांना तगादा करणारे, गावचे बांध व गावाची शीव राखणारे, जंगलाचे रक्षण करणारे, चोरवाटांची माहिती घेणारे, गाव स्वच्छ ठेवणारे अशा वेगवेगळ्या कामांसाठी कोतवाल, हवालदार, शेतसनदी अशी वेगवेगळ्या प्रकारचे लोक गावा-गावांमध्ये काम करू लागले.

पेशव्यांच्या काळात पाटलांच्या वर मामलेदार, त्यांच्यावर सरसुभेदार व शेवटी पेशवे अशा महत्त्वाच्या पायऱ्या होत्या. स्वातंत्र्यानंतर रेव्हेन्यू कमिशनर व प्रत्येक जिल्ह्याला जिल्हाधिकारी, पोलिसांचे काम पाहण्यासाठी पोलीस अधिक्षक आणि जंगल खात्यासाठी जिल्हा वन अधिकारी नेमले. जिल्ह्यातील बहुतेक महत्त्वाची कामे जिल्हाधिकाऱ्यांच्या अधीन करण्यात आली आणि तालुक्यांची कामे तहसीलदारांच्या अधीन करण्यात आली. पारंपरिक पाटील जाऊन महाराष्ट्र पोलीस पाटील कायद्यानुसार नेमलेला पोलीस पाटील मानधन तत्त्वावर गावामध्ये नेमला गेला. परंतु पोलीस पाटील नेमताना तो कोणत्याही गटाचा नसावा व राजकीयदृष्ट्या निःपक्षपाती असावा अशी अट आपोआपच आली. परिणामी, गावात त्याचे कोणीच ऐकत नाही अशी अद्भुत रचनाही निर्माण झाली.

गावचा मुख्य हिशेबी कागद जमिनीविषयी असे आणि त्याला 'इजारपट' असे म्हणत. इजारपट हा महत्त्वाचा कागद म्हणजेच पट ठेवणारा कर्मचारी म्हणजे 'पटवारी'. जमिनीनिहाय कुळांची नोंदणी करणारी व्यक्ती म्हणजे 'कुळकर्णी'. तो गावांमधील सर्व कुळांची नोंद ठेवत असे आणि कुळे असलेली जमीन किती याचा हिशोब मांडत असे. गाव मुकादमाची कामे पाटील करीत.

स्वातंत्र्यानंतर पंचवार्षिक योजना आणि विविध विकास योजना राबविण्यास सुरुवात झाली. त्यामुळे गावातील विकासाची कामे वाढली. तुलनेने जमीन महसूल हे तेवढे महत्त्वाचे शासकीय महसुलाचे साधन राहिले नाही. अबकारी कर, नोंदणी कर, मालमत्ता कर, वस्तूंवरील कर वाढत गेले. जमिनीमध्ये जेव्हा पहिल्यांदा मोजणी व जमाबंदी करण्यात आली, त्यावेळचा जमीन महसूल कर आजही कायम आहे. तो सातबारावर मूळ आकार म्हणून लिहिलेला आढळतो. हा कर तसाच ठेवला तरी जिल्हा परिषद व ग्रामपंचायत करामध्ये वाढ केल्यामुळे स्थानिक स्वराज्य संस्था सक्षम झाल्या. गावात सरपंच, तलाठी, ग्रामसेवक, अंगणवाडी सेविका, प्राथमिक शिक्षक, कोतवाल, सोसायटी गटसचिव हे महत्त्वाचे गाव कारभारी आहेत. ते सर्व वेतन किंवा मानधन तत्त्वावर नियुक्त केले आहेत. त्यांचे एकूण वेतन हे बहुतेक गावांमध्ये गावाच्या एकूण महसुलापेक्षा जास्त असल्याची बाबसुद्धा प्रशासनामध्ये अनेकदा चर्चिली जाते. अशा पद्धतीने गेल्या दीडशे वर्षांत गावाचे कारभारी बदलत गेले तरी गावगाड्याचा कारभार मात्र पूर्णपणे निर्मळ होऊ शकला नाही, ही वस्तुस्थिती आहे. वैयक्तिक कुटुंबाची आर्थिक परिस्थिती सुधारल्यामुळे लोकांचे एकमेकांवरील अवलंबित्व मात्र कमी झाले, हे निश्चित!

❖❖❖

३.

बदलता गावगाडा

बहुसंख्य लोक ज्या गावात शेती करतात, अशा गावांना 'खेडे' म्हणतात. राज्य व्यवस्थेतील सर्वांत छोटा घटक म्हणजे गाव आहे आणि गावामध्येसुद्धा छोट्या छोट्या वस्त्या, वाड्या, पडळ आढळून येतात. गेल्या १० हजार वर्षांत कित्येक राजे आले व गेले तरी गावाच्या रचनेवर व समाजव्यवस्थेवर त्याचा फारसा परिणाम झाला नाही. त्या अर्थाने खेड्यामधली समाजरचना अनेक शतके कायम राहिली. एखाद्या गावामधल्या चालीरीती, बोलीचालीचे व्यवहार, मनमोकळेपणा, जन स्वभाव, राहणीमान, पोषाख, एकमेकांशी संबंध अशा सगळ्यांनी मिळवून हा गावगाडा तयार झाला आहे.

गेल्या तीन दशकांमध्ये मात्र जसजसे शहरीकरण वेगाने वाढले, तसतसे काही गावांतील व्यापार वाढला आणि अशा व्यापारी गावाला 'पेठ' असे म्हटले जाऊ लागले. एखाद्या गावाचे नदीमुळे दोन भाग झाल्यास मोठ्या गावाला बुद्रुक आणि तुलनेने छोट्या गावाला खुर्द म्हणून ओळखले जात होते. हे दोनही शब्द मूळचे पर्शियन आहेत. विकासकामांचे अनेक प्रकारचे परिणाम गावांवर झाले आणि गावगाडा बदलला असे लक्षात येईल. हीच गोष्ट शहरांमध्ये झाली. आजूबाजूची अनेक गावे समाविष्ट झाल्यामुळे शहरांचेही स्वरूप बदलले.

गेल्या दीडशे वर्षांत गावगाड्यातील काय काय बदलले, अशी नुसती यादी करायची ठरवली तरी हजारो गोष्टी बदलल्याचे लक्षात येईल. गावठाण बदलले, गायरान, गाव वर्दळ बदलली, वतनदारी, बलुतेदारी, मिरासदारी बदलली. एखाद्या गावठाणात ५० वर्षांपूर्वी असलेला सामाईक उकिरडा आता राहिला नाही. तो

प्रत्येकाचा स्वतंत्र झाला आहे. बलुतेदारीतील अनेक लोक गाव सोडून गेल्यामुळे त्यांची कामे ग्रामपंचायतीने बांधलेल्या व्यापारी गाळ्यात सुरू असल्याचे दिसते. पूर्वी ज्या गावठाणांमधील घरांमध्ये जनावरे बांधली जात, त्यामध्ये बदल झाला आहे. बैलांची संख्या कमी झाली आहे. त्यामुळे बैलगाड्या आणि कडब्याच्या वैरणी दिसेनाशा होत आहेत. राज्यातील अनेक गावठाणे ओस पडल्याचे लक्षात येते. काही बागायत गावात गावठाणात पडके वाडे आणि शेतात बंगले असे चित्र दिसून येते.

खेड्यातील अस्पृश्यता शंभर वर्षांत मोठ्या प्रमाणावर संपुष्टात आली आहे. गावात पूर्वी बारा बलुते आणि अठरा नारू (आलुते) आढळत. पण आता मात्र यातील बहुसंख्य लोक गावामध्ये सापडत नाहीत. त्यांची दुसरी, तिसरी पिढी शहरात येऊन राहू लागल्यामुळे हे लोक आता नागरीकरणाच्या प्रवाहात समाविष्ट झाले आहे. गावगाड्याशी त्यांचा जास्त संबंध उरलेला नाही. 'उत्तम शेती, मध्यम व्यापार आणि कनिष्ठ नोकरी' ही म्हण मागे पडली आहे. मुख्य धंदा शेतीचा आणि बाकीचे इतर सर्व धंदे शेतीवर अवलंबून हे चित्र बदलले आहे. औद्योगिक क्रांतीनंतर अनेक प्रकारचे नवीन उद्योगधंदे निर्माण झाले आणि सेवा क्षेत्रातही प्रचंड वाढ झाली. त्याचा परिणाम म्हणून गावातील स्वयंपूर्णता आणि सामूहिकताही संपुष्टात आली, आहे. सोयीसुविधा नसताना आपण आनंदी होतो, असे वयस्कर लोकांना वाटत आहे. लोकांचा एकमेकांबरोबरचा संवाद फारसा राहिला नाही. आता कोणाचाच कोणावर ताबा राहिला नाही. दरडोई उत्पादन वाढले आहे. साधनसामग्रीमध्ये वाढ झाली आहे व लोक स्वतंत्र होत आहेत. बदलती पीकपद्धती व निसर्गाचा ढासळलेला समतोल हे प्रश्न नव्याने डोकावू लागले आहेत. गाव पातळीवरील न्याय देण्याची व्यवस्था जवळपास संपुष्टात आली आहे. साखर कारखाने, सूत गिरण्या, त्याबरोबर आलेले शेतीपूरक उद्योग यामुळे लोकांचे सरासरी आर्थिक उत्पन्न वाढले आहे. त्या सगळ्यांचा परिणाम माणसामाणसांमधील नातेसंबंधावरही झालेला दिसतो. बाजारव्यवस्था बदलल्यामुळे त्यांचा बरा-वाईट परिणाम लोकांच्या संबंधामध्येही झालेला आढळून येतो.

भारतीय ग्रामीण समाज हा परस्परावलंबी होता. त्यामुळे माणसामाणसांमधील संबंध हे एकमेकांवर अवलंबून होते आणि लोक सर्रासपणे दुसऱ्याचा वापर स्वतःच्या स्वार्थासाठी करताना हिशेबीपणा दाखवत, असे ब्रिटिशांनी नमूद केले आहे. त्या वेळी सरळ व्यवहार होत नसत हेदेखील त्यांनी लिहिले आहे. थोडक्यात, उदाहरण द्यायचे म्हटले तर एखाद्याने दुसऱ्याला थोड्या वेळासाठी कंदील मागितला तर त्या बदल्यात, 'नवीन काच तू बसव' किंवा 'घासलेट तू घाल' असे लोक म्हणत. एखाद्या लग्नात भावकीतील प्रत्येकाने एक बैलगाडी जुंपावी असे ठरले, तर गरिबीमुळे किंवा ऐपत

खेड्यातील अस्पृश्यता शंभर वर्षांत मोठ्या प्रमाणावर संपुष्टात आली आहे. गावात पूर्वी बारा बलुते आणि अठरा नारू (आलुते) आढळत. पण आता मात्र यातील बहुसंख्य लोक गावामध्ये सापडत नाहीत. त्यांची दुसरी, तिसरी पिढी शहरात येऊन राहू लागल्यामुळे हे लोक आता नागरीकरणाच्या प्रवाहात समाविष्ट झाले आहे. गावगाड्याशी त्यांचा जास्त संबंध उरलेला नाही.

नसल्यामुळे जो भाऊबंद बैलगाडी जुंपणार नाही त्याची भावकी दहा-पंधरा वर्षे ही गोष्ट मनात ठेवत असे. त्याच्या मुलीचे लग्न आल्यावर जुन्या घटनेचा बदला घेण्यासाठी भावकी त्याला नाक घासायला लावत असे. त्यामुळे बदलते ग्रामीण जीवन अभ्यासताना जुन्या काळी सगळे काही चांगले होते असे म्हणता येणे अवघड आहे.

❖❖❖

४.

वतनदारी संपुष्टात येताना...

'वतन' या शब्दाचा अरबी भाषेतील अर्थ राहण्याची जागा असा आहे. एखाद्या स्थावर जमीन मालमत्तेचा हक्क, त्यासाठी केलेली नेमणूक, चाकरी, वंशपरंपरेने चालत आलेले काम, अशा अनेक अर्थाने वतन हा शब्द वापरला जातो. वर्तन (उपजीविकेचे साधन) या संस्कृत शब्दापासून हा शब्द उत्पन्न झाला असे मानतात. या संदर्भातील दुसरा शब्द म्हणजे 'इनाम'. इनाम म्हणजे बक्षीस. विशेषतः मुघल राजांनी मोठमोठ्या सरदारांना, गावाची कामे करणाऱ्यांना आणि धर्मादाय संस्थांना रोख रक्कम किंवा सोने-चांदी देण्याऐवजी कायमस्वरूपी उत्पन्नाचे साधन म्हणून जमिनी दिल्या. थोडक्यात, इथलीच जमीन इथल्याच लोकांना देऊन त्या बदल्यात चाकरी किंवा काम करून घेण्याची प्रथा पडली. एखादे काम पिढ्यान्‌पिढ्या केल्यामुळे राहण्याच्या वस्तीपासून भिक्षुकी करेपर्यंत जी कामे वंशपरंपरेने काही लोक गावगाड्यात करत राहिले, ते सर्व जण वतनदार बनले.

याच वतनदारीमुळे वतन वृत्ती बोकाळली. वडिलांचा व्यवसाय मुले करू लागली. त्याचा परिणाम म्हणून वंशपरंपरेने चालत असलेले व्यवसाय, धंदे आयते मिळाले व या धंद्याचे बारकावेही मुलांना लहानपणापासून माहिती झाले. वडिलांनाही आपल्याला माहीत असलेल्या व्यवसायातच मुलाने पडावे, असे वाटत असे. या व्यवस्थेचे काही फायदे होते आणि काही तोटे. वतनदारी व्यवस्थेमुळे आणि वंशपरंपरागत तेच तेच व्यवसाय करत आल्यामुळे त्यांच्यात प्रावीण्य आणि कौशल्य निर्माण झाले खरे, परंतु नावीन्य निर्माण झाले नाही. याचा परिणाम म्हणून हजारो वर्षे समाजामध्ये फारसे बदल झाले नाहीत. गावपातळीवर बलुतेदारांना असलेल्या कामाचीसुद्धा वतनदारी निर्माण झाली. वारसा

हक्काने लोकांची संख्या वाढल्यानंतर आणि स्पर्धा वाढल्यानंतर काही लोक वतनदारी सोडून अन्य गावांत स्थलांतरित होऊ लागले.

महाराष्ट्रात स्वातंत्र्याच्या वेळी अशा पद्धतीने वेगवेगळी कामे करणारी सुमारे ३०० पेक्षा जास्त वतने होती. १९५० ते १९५५ काळात महाराष्ट्रातील बहुसंख्य वतने नष्ट करण्याचे कायदे करण्यात आले. यामध्ये मुख्यतः परगणा व कुलकर्णी वतन, लोकोपयोगी नोकर इनामे, समाजास उपयुक्त सेवा इनामे, मुलकी पाटील इनाम, गावची कनिष्ठ वतने, किरकोळ इनामे आदी रद्द करण्यात आली. वतने खालसा झाल्यानंतर ठरावीक मुदत देऊन मूळ वतनदार खातेदारांना जमिनी आपल्या नावे करून घेण्याची संधी देण्यात आली होती. मूळ वतनदार किंवा तो मयत झाला असल्यास त्याचे वारस मूळ कब्जा हक्काची रक्कम भरण्यासाठी पात्र होते. वतने खालसा करण्याच्या कायद्यामध्ये अशी कब्जे हक्काची रक्कम भरण्याची अंतिम तारीख प्रत्येक वतन प्रकारासाठी वेगवेगळी होती.

'सातबारा'शी वतनदारीचा थेट आणि जवळचा संबंध आहे. वतने खालसा झाल्यानंतर थोडी रक्कम (जमीन महसुलाच्या ३ किंवा ६ पट रक्कम) भरून जमीन नवीन शर्तीवर आणि जास्त रक्कम भरल्यावर (१०, २० किंवा २६ पट) रक्कम भरल्यास जुन्या शर्तीवर वतनदारांना मिळाली. अशा जमिनींच्या सातबारावर नव्या शर्तीने किंवा जुन्या शर्तीने असे शब्द आढळून येतात. या जमिनी विकताना सर्वसाधारण बाजारभावाच्या ५० टक्के रक्कम सरकारकडून आकारली जाते. आपण पिढ्यान्‌पिढ्या वारसाहक्काने शेकडो वर्षे खासगी जमिनीसारखी, आपली जमीन कसत असताना पुन्हा सरकारला रक्कम का भरायची, असा प्रश्न अनेक लोक विचारतात. परंतु यामागे हे धोरण आहे की, जेव्हा केव्हा जमीन राजाने वतन म्हणून दिली होती तेव्हा ही जमीन फुकट देण्यात आली होती. त्यापोटी कोणतीच रक्कम त्यावेळी त्या राजाने घेतली नव्हती. शिवाय पिढ्यान्‌पिढ्या वंशपरंपरेने जमीन कसण्याची अट होती. आता ती जमीन विकून नफा कमवताना निदान ५० टक्के नफा (अनार्जित उत्पन्न) शासनास भरावे असे अपेक्षित आहे. वेगवेगळ्या वतनांपैकी महाराष्ट्रात देवस्थान इनाम अद्याप रद्द करण्यात आलेले नाही.

पूर्वी अनेक लढाया होत आणि राज्यव्यवस्था बदलत असे. त्यामुळे स्थावर मालमत्ता चोर उचलून नेत नाही म्हणून लोक स्थिर व सुरक्षित मालमत्ता समजत. राजाची चाकरी करणारे लोकसुद्धा स्थावर जमीन इनाम म्हणून घेण्याला प्राधान्य देत. राजाला नवे नवे लोक चाकरीत घेण्यापेक्षा राज्य कमवण्यासाठी ज्या सरदार व लोकांनी मदत केली, त्यांच्यावरच विसंबून राहणे जास्त सोयीचे वाटत असे. पिढ्यान्‌पिढ्या आपले राज्य टिकले पाहिजे व त्यासाठी ज्यांनी मदत केली, त्यांच्यावरच विसंबून राहण्याच्या वृत्तीमुळे

'सातबारा'शी वतनदारीचा थेट आणि जवळचा संबंध आहे. वतने खालसा झाल्यानंतर थोडी रक्कम (जमीन महसुलाच्या ३ किंवा ६ पट रक्कम) भरून जमीन नवीन शर्तीवर आणि जास्त रक्कम भरल्यावर (१०, २० किंवा २६ पट) रक्कम भरल्यास जुन्या शर्तीवर वतनदारांना मिळाली. अशा जमिनींच्या सातबारावर नव्या शर्तीने किंवा जुन्या शर्तीने असे शब्द आढळून येतात. या जमिनी विकताना सर्वसाधारण बाजारभावाच्या ५० टक्के रक्कम सरकारकडून आकारली जाते.

ही वतनदारी व्यवस्था निर्माण झाली. गेल्या शंभर दीडशे वर्षांत ही वतनदारी संपुष्टात येत आहे. आधुनिक लोकशाही व्यवस्थेमध्ये गुणदोषांवर म्हणजे मेरिटवर नोकरी करण्याचे व टिकवण्याचे स्वातंत्र्य मिळाले आहे. वतनदारी संपुष्टात येताना कोणाची मक्तेदारी निर्माण होणार नाही, हे पाहण्याची जबाबदारी सर्वांची आहे.

❖❖❖

५.

गावदप्तर ठेवणारी व्यवस्था

गावदप्तर ठेवणारी पटवारी व्यवस्था ही भारतीय उपखंडामध्ये सोळाव्या शतकात शेरशहा सुरी याने सर्वप्रथम सुरू केली. सम्राट अकबरने ती वाढवली. ब्रिटिशांच्या काळात उत्तर प्रदेशामध्ये त्याला लेखपाल ऊर्फ कानुगो असे ओळखले जाऊ लागले. गुजरात, महाराष्ट्र आणि कर्नाटकामध्ये त्याला 'तलाठी' असे संबोधतात. वेगवेगळ्या संस्थानिकांच्या काळात असलेल्या 'कुलकर्णी' या पदाऐवजी ब्रिटिशांच्या काळात तलाठी हे पद आले. या पटवाऱ्याचे मुख्य काम हे गावातील पिकांचा व जमीन कसणाऱ्या शेतकऱ्यांचा हिशेब ठेवणे, त्यांच्याकडून जमिनीची आणि पाटबंधाऱ्यांचे शुल्क वसूल करण्याचे काम होते. १८८२च्या मुंबई इलाख्याच्या गॅझेटिअरनुसार तलाठी हा आठ ते दहा गावांच्या सज्जांचा प्रमुख म्हणून काम करत असे. या आठ गावांपैकी एका गावात तलाठ्याने राहणे अपेक्षित होते आणि सज्जातील प्रत्येक गावाला महिन्यातून किमान एकदा त्याने भेट देणे अपेक्षित होते. १८८४मध्ये एलफिस्टनने तलाठ्यामुळे सरकार गाव पातळीवर प्रबळ झाले असले तरी त्याने महाराष्ट्रात पाटलांचा आणि गुजरातमधील पटेल यांचा गावातील प्रभाव कमी केला, असे म्हटले आहे.

१८८८नंतर पुढील सुमारे १०० वर्षे वेगवेगळ्या वेळी छोटी-छोटी संस्थाने खालसा करून व असे भाग ब्रिटिशांच्या आधिपत्याखाली मुंबई प्रांतात समाविष्ट करण्यात आले. या काळामध्ये पोलीस

पाटलांकडे गावातून येणाऱ्या जाणाऱ्या लोकांचे रजिस्टर, गुन्हेगारी जमातीचे रजिस्टर व तलाठ्याकडे शेतवार पत्रक होते. या शेतवार पत्रकामध्ये जमिनीचे स्थानिक नाव, सर्व्हे नंबरला लागून सर्व्हे नंबर, पोट हिस्सा, एकूण क्षेत्रफळ, घेतलेली पिके, कूळ हक्क, खंड व शेतसारा यांचा तपशील असे. जन्म-मृत्यू यांच्या नोंदीसुद्धा गाव पातळीवर होत. जुन्या जन्मतारखेचे उतारे पाहिल्यास अनेक नोंदी या कोतवालाच्या तोंडी वर्दीवरील केल्याचे निदर्शनास येते. कधी कधी आडनावाऐवजी जातच आडनाव म्हणून तोंडी सांगितली जायची. तशा नोंदी गाव दप्तरात दिसतात. १९६६मध्ये आलेल्या जमीन महसूल अधिनियमामध्ये गावच्या दप्तराचा स्वतंत्र खंड क्र. ४ करण्यात आला. त्यापूर्वी गावचे हे दप्तर अँडरसन मॅन्युअलप्रमाणे ठेवण्यात येत होते. तीन आद्याक्षरे वापरून आरटीएस (RTS) म्हणजे रेकॉर्ड ऑफ राइट्स, एलएनडी (LND) म्हणजे लँड असे महसुली रेकॉर्ड वर्गीकृत करण्यात आले. लोकांच्या गरजांमुळे गावदप्तर फुगत गेले. पूर्वी कुलकर्णी वर्षातून फक्त दोनदा वसुलीच्या वेळी गावदप्तराची गाठ सोडायचे व जमाबंदीच्या वेळी फक्त गावची वेस ओलांडत.

मुलकी खात्यात तलाठी दफ्तरात १८ मुख्य नमुने केले होते. गावाचा महसूल गोळा झाला की, ताळेबंद व ठरावबंद नंबर १० तयार व्हायचा. जमाबंदी दरबारमध्ये हा हिशोब प्रांत साहेबांना सादर होई. आजही कोल्हापूरमध्ये औपचारिकरीत्या जमाबंदी करून १०० टक्के वसुल केलेल्या तलाठ्यांना मानाचे पान हाताने देण्याची पद्धत तहसीलदार, प्रांत व सर्व तलाठी यांच्यासमोर होते. देवी, पटकी, प्लेग व जनावरांच्या रोगांची साथ असताना दररोज रिपोर्ट करावा लागत असे. १८६७च्या गावपोलीस कायद्यानुसार पोलीस पाटलांना स्वतंत्र अधिकार देण्यात आले होते. गावात गुन्हा घडला किंवा आकस्मिक मृत्यूची घटना घडल्यास त्याची खबर पोलीस पाटील ठाण्यात देत असे. पंचनामा करणे, प्रेत डॉक्टरकडे पोस्टमार्टेमला पाठवणे हे पोलीस पाटलांचे महत्त्वाचे काम होते. पोलीस पाटील स्वतः गावात गस्त घालत असे. अपराधी माणसाला बारा तासापर्यंत चावडीत कोंडून ठेवण्याचा पाटलाला अधिकार होता. दोन रुपयांच्या आतली चोरी असली करणाऱ्यांस ५ रुपये दंड अगर २ दिवस साधी कैद ही शिक्षा पाटील करीत. गावात घाण करणाऱ्या व्यक्तीला १ रुपया दंड अगर १२ तास चावडीत कैद व्हायची.

जमीन महसूल कायद्यानुसार तलाठी दप्तरात गावाचा आकारबंद, गावची तेरीज, वन जमिनीची नोंदवही, बिनभोगवटीच्या जमिनीची नोंदवही, भोगवटादाराची नोंदवही, दुमाला नोंदवही, संकीर्ण आणि महसूल नोंदवही ठेवली जाऊ लागली. याच काळात महाराष्ट्र ग्रामपंचायत कायदा १९५८ हा करण्यात आला. गावठाणामध्ये बांधलेल्या मिळकतीची नोंद ठेवणे, शेतातील घरांच्या नोंदी, जन्म-मृत्यू यांची नोंद ठेवणे ही कामे

जमीन महसूल कायद्यानुसार तलाठी दप्तरात गावाचा आकारबंद, गावची तेरीज, वन जमिनीची नोंदवही, बिनभोगवटीच्या जमिनीची नोंदवही, भोगवटादाराची नोंदवही, दुमाला नोंदवही, संकीर्ण आणि महसूल नोंदवही ठेवली जाऊ लागली. याच काळात महाराष्ट्र ग्रामपंचायत कायदा १९५८ हा करण्यात आला. गावठाणामध्ये बांधलेल्या मिळकतीची नोंद ठेवणे, शेतातील घरांच्या नोंदी, जन्म-मृत्यू यांची नोंद ठेवणे ही कामे ग्रामपंचायतीकडे आली. कृषी, पशुसंवर्धन, रस्ते बांधणे, आरोग्य, शिक्षण, गटार, पाणीपुरवठा, रस्ते, पूल अशी महत्त्वाची विकासांची कामे त्यानंतर ग्रामपंचायतीकडे आली.

ग्रामपंचायतीकडे आली. कृषी, पशुसंवर्धन, रस्ते बांधणे, आरोग्य, शिक्षण, गटार, पाणीपुरवठा, रस्ते, पूल अशी महत्त्वाची विकासांची कामे त्यानंतर ग्रामपंचायतीकडे आली. रोजगार हमी योजना आल्यानंतर मजुरांचे जॉब कार्ड ठेवणे, वृक्ष लागवड, गटार व्यवस्था, परिसर स्वच्छता, निर्मल गाव योजना अशा अनेक योजनांची भर ग्रामपंचायतीवर पडली. ग्रामपंचायतीकडून सुरुवातीला दिवापट्टी कर, पाणीपट्टी कर, बाजार कर, घरपट्टी कर किंवा मालमत्ता व त्या संबंधातील रजिस्टर ठेवले जात. आता ग्रामपंचायतीच्या ग्रामसेवककाकडे सर्वच विकास योजनांची माहिती ठेवली जात आहे.

ब्रिटिशकालीन गावचे व्हिजिट बुक पाहिले तर आजही प्रचंड माहिती मिळते. 'गावांत काविळीची साथ येणार नाही यासाठी गावठाणातील अमुक विहीर स्वच्छ ठेवावी, आजूबाजूचे गवत काढावे, रहाटगाडगे दुरुस्त करून घ्यावे' असे शेरे पाहावयास मिळतात. एका तलाठी व्हिजिट बुकमध्ये तत्कालीन असिस्टंट कलेक्टरने 'गावचा दुय्यम तलाठी प्लेगने आजारी असल्याचे समजले. काळजी घ्यावी.' असा शेरा लिहिला आहे. आजकालच्या वरिष्ठांना कनिष्ठ कर्मचारी आजारी आहे हे समजेपर्यंत तो परत कामावर हजर झालेला असतो! असा हा काळमहिमा!

❖❖❖

६.

बलुतेदारी

ग्रामीण महाराष्ट्रातील १०० वर्षांपूर्वी असलेली, परंतु सध्या अस्तित्वात नसलेली ठळक गोष्ट म्हणजे 'बलुतेदारी'. शेतकरी जमीन कसायला लागल्यानंतर शेती व्यवसायाला पूरक अशा अनेक कामांसाठी इतर लोकांच्या मदतीची गरज लागत असे. असे म्हणतात की कुणब्याने गावात अडाणी आणले. ज्या लोकांची कसब, विद्या किंवा मेहनत ही शेतकऱ्यांना पूरक होती, आणि ती नसेल तर शेतकऱ्यांचे काम अडत होते, त्या व्यक्तीला 'कारू' असे म्हटले गेले. 'कारू' म्हणजे करणारा. त्या विरुद्ध दररोजच्या जगण्यात शेतकऱ्यांचे फारसे अडत नाही, त्याला 'नारू' असे संबोधले गेले. कारूला बलुतेदार किंवा बलुत्या तर 'नारू'ला आलुतेदार किंवा आलुत्या असे संबोधले जायचे. भारतातील बहुसंख्य राज्यांमध्ये बलुतेदारी होती. बलुतेदारी हे संपूर्ण भारताचे वैशिष्ट्य होते.

महाराष्ट्रामध्ये सोनार, शिंपी, सुतार, लोहार, चर्मकार, कुंभार, परीट, न्हावी, गवंडी, विणकर, गुरव, तेली यांना बलुतेदार असे म्हणतात. हे बलुतेदार सोडून अन्य वतनदार असंख्य रयत उपयोगी व सरकार उपयोगी काम करीत असत. शेतजमिनीच्या भाऊवाटण्या, वहिवाटीचे दगड बांधावर ठेवायचे व राखायचे काम आणि त्यावर साक्ष देण्याचे कामसुद्धा बलुतेदार करीत. जसजसे ब्रिटिशांनी जमिनीचे नकाशे तयार केले व सर्व्हे नंबरचे दगड रोवले तसे तोंडी पुराव्यावर आधारलेले हे बलुतेदारांचे काम संपुष्टात आले. गावात सुधारणा होऊन नवीन गाव रस्ते, पाणंद रस्ते तयार झाले. त्यामुळे वाट दाखवायचे वाटाड्याचे काम उरले नाही. तिकीट लावून खटल्याच्या नोटिसा व जमिनीच्या दाव्याच्या नोटिसा पोस्टाने जाऊ लागल्या. त्यामुळे प्रत्यक्ष सरकारी लखोटा

किंवा कागदपत्रे पोहोचविण्याचे काम संपुष्टात आले. लोकसंख्या एवढी वाढली, की गावात एक-दोन ठिकाणी दवंडी देवून गावातील सर्व लोकांना निरोप मिळत नाही, अशी परिस्थिती निर्माण झाली. त्यामुळे दवंडी देण्याचे कामसुद्धा संपुष्टात आले. गेल्या ३०-४० वर्षांत तर दवंडी पाहायलासुद्धा मिळत नाही. परंतु दवंडी देऊन ग्रामपंचायतीच्या नोटीस बोर्डवर नोटीस चिकटवल्याबद्दलचा अहवाल मात्र आजही वापरला जातो.

मनीऑर्डरने पैसे पाठविण्याची सोय झाल्यामुळे सुरुवातीला मनीऑर्डरने बँकेमार्फत रकमांची देवाणघेवाण सुरू झाली. पूर्वी दरोडा पडण्याच्या भीतीमुळे वेशीच्या आत लोक राहात. हळूहळू लोकसंख्या वाढल्यामुळे वेशीच्या बाहेर लोक राहू लागले. वेशीच्या बाहेर राहणाऱ्यांची संख्या वाढल्याने वेशीचे जागरण करणाऱ्या वेसकर या व्यक्तीचे काम संपुष्टात आले. चोरी करणाऱ्या व्यक्तीचा माग निघाला नाही, तर संपूर्ण गावावर दंड बसविण्याची व तो वसूल करण्याची कायदेशीर तरतूद होती. गावातील ही जबाबदारी त्यानंतर पोलिसांवर आली. गावात अनेक छोट्या मोठ्या गावातसुद्धा वस्तूंची दुकाने झाल्यामुळे एरवी बलुतेदारी मार्फत मिळणाऱ्या वहाणाच नाही तर मॉडर्न चप्पल, बूट, सँडल, खेळणी, किराणा या सर्वच वस्तूंची गावोगावी दुकाने झाली. त्यामुळे गावातील बलुतेदारांवर असलेले अवलंबित्व संपुष्टात आले आहे.

स्वातंत्र्यानंतर वेगवेगळे जमीनविषयक कायदे झाले. त्यानंतर शेत जमिनीच्या वहिवाटी, वाटण्या, विहीर, पाट यांचे प्रश्न, विहिरीतील पाणी घेण्याच्या वेगवेगळ्या पाळ्या या संदर्भात तोंडी पुराव्याला फारसे महत्त्व उरले नाही. हळूहळू सातबारा व इतर हक्कांत जमिनीच्या हक्कांची नोंद होऊ लागली. दर साल कुळ किती खंड मालकाला देणार हे सातबारावर नोंदविण्यात आले. नियमितपणे १९६०-७०पर्यंत कुळे खंडाच्या मनीऑर्डर मालकाच्या नावाने करीत असत. आणि मालकाने मनीऑर्डर नाकारली तर सर्व जमिनीचा खंड देण्याचा पुरावा म्हणून नाकारलेल्या मनीऑर्डरचा शेरा पावतीसह जपून ठेवला जात असे. वाहने वाढल्यामुळे एका गावावरून दुसऱ्या गावाला जाताना अर्धा-एक तासात जाता येते. त्यामुळे वाट दाखविणारे वाटाडे किंवा जागले, ज्यांना

ज्या लोकांची कसब, विद्या किंवा मेहनत ही शेतकऱ्यांना पूरक होती. आणि ती नसेल तर शेतकऱ्यांचे काम अडत होते, त्या व्यक्तीला 'कारू' असे म्हटले गेले. 'कारू' म्हणजे करणारा. त्या विरुद्ध दररोजच्या जगण्यात शेतकऱ्यांचे फारसे अडत नाही, त्याला 'नारू' असे संबोधले गेले. कारूला बलुतेदार किंवा बलुत्या तर 'नारू'ला आलुतेदार किंवा आलुत्या असे संबोधले जायचे. भारतातील बहुसंख्य राज्यांमध्ये बलुतेदारी होती. बलुतेदारी हे संपूर्ण भारताचे वैशिष्ट्य होते.

३-४ आणे द्यावे लागत ते पण बंद झाले. टेलिफोन आल्यानंतर निरोप देण्याची आणि मुऱ्हाळकी पाठविण्याची कामे संपुष्टात आली.

बलुतेदारी व्यवस्थेमध्ये तोंडी कबुलायत करून बलुतेदारांचा हिस्सा ठरविला जायचा. जागल्यास एक शेर ते एक पायली व दुकानदारसुद्धा काही पैसे देत असत. कुळे एक रुपया व पेठातील दुकानामध्ये आठ आणे रामोसपट्टी देण्याची प्रथा होती. वेगवेगळ्या राज्यांमध्ये बलुतेदारांचे दर, प्रकार व धान्याचे प्रकार वेगवेगळे होते. दर दोन बैलांच्या नांगरामागे १०० पेंढ्या तर कोठे अर्धा मण धान्य दिले जायचे. ज्या भागात जे धान्य पिकेल ते बलुतेदारांना देण्याची पद्धत होती. कोकणात भात, नागली तर देशावर ज्वारी, बाजरी बलुतेदारांना दिली जात असे. खळे सुरू असताना सुगीच्या हंगामात 'खळवाट' नावाने शेतकऱ्यांना बलुतं द्यावे लागत होते. बलुतेदारांना स्वतःच्या जमिनीमध्ये लावण्यासाठी म्हणून दोन शेरपर्यंत बी देण्याची पद्धत होती. शेत पेरण्यापूर्वी विडा सुपारी देऊन ओटी भरणे, ज्वारी उपटण्यापूर्वी काही भाग बलुतेदारांसाठी सोडून देणे अशा पद्धती होत्या. फळपिके, कडधान्ये, केळी, मोसंबी, संत्री यातील काही ना काही हिस्सा बलुतेदारांना दिला जात असे. गावपातळीवर सरासरी शेकडा दहा माणसे कुणब्यांना सांभाळावी लागत असत. सर्वांत सुखी असलेल्या श्रीमंत गावामध्ये बलुतेदार जास्त संख्येने असत.

बलुतेदारी संपुष्टात आल्यानंतर सेवा देण्यासाठी आता रोख रक्कम द्यावी लागते. स्पर्धेच्या जगात हे दर मागणी व पुरवठा यावर आधारलेले असतात. शेती अधिक भांडवली खर्चाची झाली आहे. त्यामुळे शेतीमध्ये सेवा क्षेत्र विकसित झाल्याशिवाय खऱ्या अर्थाने बलुतेदारी संपुष्टात येऊन अनेक दशके संपली तरी बलुतेदारांना चांगला पर्याय निर्माण झाला असे म्हणता येणे थोडे धाडसाचे ठरेल!

❖❖❖

७.

गाव चावडीचा महिमा

भारतीय समाजात 'चावडी' या संस्थेला परंपरागत आणि सांस्कृतिक महत्त्व आहे. 'चौहाट' या संस्कृत शब्दावरून हा शब्द बनला असावा असे म्हणतात. गावगाड्याचे पूर्वी नियंत्रण करणारे पाटील व कोतवाल व त्यानंतर पटवारी तसेच गाव कामगारांचे नेहमी बसायचे ठिकाण चावडी हे होते. चावडीवर गावासंबंधी सगळे महत्त्वाचे निर्णय होत. वाड्या, वस्त्या व सर्व गावांचा महसूल शेतकरी चावडीवर आणून देत असत. जमिनीचा कर आणि घरपट्टी काही रुपयांमध्ये असली, तरी पूर्वीच्या काळी घरपट्टी भरण्यातसुद्धा शेतकऱ्यांना आर्थिक अडचण येत असे. पूर्वीच्या काळी गावामध्ये येणारे सरकारी कारकून, अंमलदार हे चावडीवर मुक्काम करत. पोलिस पाटील, रामोशी, भटके लोक आणि एका गावावरून दुसऱ्या गावाला जाणारे प्रवासी ऐनवेळी आलेल्या पावसामुळे किंवा प्रवासात अंधार झाल्यामुळे चावडीवर थांबत असत.

गावाचे मध्यवर्ती केंद्र म्हणून चावडीचे महत्त्व होते. एसटी सुरू झाल्यावर गावातली सर्वांच्या सोयीची मोठी जागा म्हणून चावडीजवळ एसटी स्टॅण्ड बांधण्यात आले. हळूहळू चावडीवर बसणारी माणसे स्टॅण्डच्या समोरच्या पारावर बसू लागली. ते प्रचंड मोठ्या वडाच्या किंवा लिंबाच्या झाडाखाली सावलीत जास्तीत जास्त वेळ काढत असत. सकाळपासून अंधार पडेपर्यंत उशिरा शेतकऱ्यांच्या एकत्र कुटुंबातील पुढारी असलेल्या कारभाऱ्याचा राबता चावडीवर असे. ७०-८०च्या दशकापर्यंत गावावरचा पार हे मोठे वर्दळीचे ठिकाण होते. अनेक गावांच्या चावडीच्या समोर हमखास भेळ, कांदा भजी, चहा मिळणारे हॉटेल आणि दुसऱ्या बाजूला सायकल भाड्याने मिळणारे किंवा पंक्चर काढून मिळण्याचे दुकान असे. उन्हाळ्याची सुट्टी लागली की हमखास

गावातल्या अर्थ व्यवस्थेचे केंद्र म्हणजे चावडी व त्याच्या आजूबाजूचा परिसर होता. कोणाच्या अध्यामध्यात नसलेले अनेक शेतकरी शेतीत राबायला महत्त्व देत आणि गरजेशिवाय चावडीकडे फिरकत नसत. शहाण्याने कोर्टाची पायरी चढू नये याच्या काही दशके अगोदर शहाण्याने चावडीची पायरी चढू नये, असे म्हटले जायचे.

मुले मामाच्या गावी येत. उतरल्यावर घरातल्या मोठ्या कारभारी माणसांच्या पाया पडायचा कार्यक्रम चावडीवरच पार पडायचा. गावात उतरले की भैरोबा मंदिरापर्यंत मुलाबाळांसोबत पायी सवारी निघायची. उतरल्या उतरल्याच हॉटेलात भजी किंवा भेळ खायला घालून मामा मुलांना खूश करत असत. सुट्टीत करायच्या मज्जेची ही जणू सुरुवात होती. एक, दोन आण्यांना मिळणारी भजी, भेळ, मावा, गुडीशेव, मिसळ, उसाचा रस यामुळे मुलांनी वर्षभर हजर राहिलेली शाळा एका मिनिटात विसरायला व्हायची. चावडीजवळच आवळा, बोर, अंजीर, पेरू, केळी विकायला असत.

ज्यांची वाडी-वस्ती लांब अंतरावर आहे तिथपर्यंत चालायचा त्रास नको म्हणून बैलगाडी जुंपून आणलेली असे. एसटी येण्याच्या अगोदर तासभर वैरणीच्या दोन पेंढ्या बरोबर आणलेली बैलगाडी बाजार तळाजवळ सोडली जायची. लहान-थोर, बैल, जनावरे, मोठी माणसे, घरातील एखादी विधवा, माहेरवाशिणीची मुले या सर्वांची काळजी घेणारी त्या वेळी व्यवस्था होती.

तालुक्याचा एखादा मोठा अंमलदार आला, तर त्याची सुनावणी चावडीवर होत असे. शेतजमिनीचा महसूल न भरणाऱ्या शेतकऱ्याला चावडीवर हजेरी लावावी लागे. गावांत तात्पुरत्या राहणाऱ्या जमातींना गावात किती दिवस राहणार, कुठे थांबणार, याचा हिशेब पोलिस पाटलाला चावडीवर द्यावा लागायचा. गावात किंवा शेतजमिनीमधील किरकोळ कारणांवरून झालेली भांडणे गावाच्या चावडीसमोर आणली जात. तीर्थयात्रा करणारे लोक मजल दरमजल ओळखीच्या लोकांकडे किंवा कोणीच नसेल, तर चावडीवर मुक्काम करत. कोंडवाडा किंवा धर्मशाळासुद्धा बरेच वेळा चावडीजवळ असत. गावातल्या कोतवालाला प्रत्येक कुटुंबाची खबर जात असे. कोणावर जास्त कर्ज झाले आहे, कोणाचा मुलगा शिकला, कोणाचा मुलगा कारखान्यात कामाला लागला किंवा कोणाचा मुलगा सरकारी मोठ्या हुद्द्यावर गेला याची सर्व माहिती कोतवाल किंवा पोलिस पाटलाला असे.

१९४०-५०पर्यंत अक्षर ओळख झालेली आणि अक्षरांच्या काही ओळी वाचता येणारी माणसे चावड्यांवर दिसू लागली होती. सायकल दुकानाच्या रेडिओवर

लागलेल्या सातच्या बातम्या ऐकून कारभारी मंडळी आपल्या घरी परतायची. कित्येक गावांच्या चावडीवर रिकामटेकडी माणसे बसून सर्व गावातल्या कुटाळ्या करीत असे. कोणाच्या घरातली मुलगी न नांदता परत आली, कोणी सावकाराकडून जास्त कर्ज काढलं, कोणत्या जमिनीची पट्टी कोणी विकायला काढली, दिल्लीला काय चाललं आहे याविषयी चर्चा चावडीवर चालत असे. अडचणीच्या वेळी सोनं गहाण टाकून नड भागवण्याचा प्रयत्न व्हायचा. अशावेळी गावातल्या अर्थ व्यवस्थेचे केंद्र म्हणजे चावडी व त्याच्या आजूबाजूचा परिसर होता. कोणाच्या अध्यामध्यात नसलेले अनेक शेतकरी शेतीत राबायला महत्त्व देत आणि गरजेशिवाय चावडीकडे फिरकत नसत. काही कुटुंबात दिवसभर शेतात राबायचं व फक्त गरजेपोटी ठरावीक कामासाठी गावांत जायचं अशी पद्धत होती. तर काही एकत्र कुटुंबातील ४-५ भावांमध्ये एकच पांढरा सदरा खुंटीला टेकवलेला असायचा. जो भाऊ गावामध्ये कामानिमित्त जाईल तो हा घालत असे. त्या उलट कसलेच काम न करणारे उचापती लोक मात्र कष्ट न करता चावडीवर मिळालेल्या माहितीचा वापर करून स्वतःची पोळी भाजून घेण्याचा प्रयत्न हुशारीने आणि बेरकेपणाने करत. शहाण्याने कोर्टाची पायरी चढू नये याच्या काही दशके अगोदर शहाण्याने चावडीची पायरी चढू नये, असे म्हटले जायचे. गाव चावडीचा हा अचाट महिमा या धावपळीच्या जीवनात हरवला आहे हे मात्र नक्की!

❖❖❖

८.

जमीन महसूल म्हणजे काय?

जमिनीवर आकारण्यात येणारा जमीन महसूल हा सर्वश्रेष्ठ आधार मानला जातो. त्यामुळे कोणत्याही जमिनीची विक्री करण्याचा किंवा त्यावर कर्ज काढण्याचा जेव्हा प्रश्न येईल तेव्हा जमीन महसूल किती थकला आहे किंवा बाकी आहे या विषयाला महत्त्व प्राप्त होते. जमीन विक्री करतानासुद्धा जमीन महसूल हाच सगळ्यांत मोठा बोजा मानला जातो. भारताच्या इतिहासामध्ये जमिनीचा महसूल नेहमी एक षष्ठांश एवढा होता. कोणताही राजा हा जर त्याने एक षष्ठांशपेक्षा जास्त कर बसवला तर तो नरकात जाईल, अशा प्रकारचे वर्णन अनेक पौराणिक ग्रंथांमध्ये सापडते. मुघलांनी पहिल्यांदा चौथाई बसवली. याचा अर्थ जमिनीचा महसूल हा पहिल्यांदा एक चतुर्थांश (२५ टक्के) एवढा करण्यात आला. त्याचा शेतकरी वर्गाला मोठा फटका बसला. जमीन महसूल भरता येत नाही म्हणून अनेकांनी जमिनी सोडून दिल्या.

गेल्या शंभर वर्षांचा आढावा घेतला असता जमीन महसुलाचे महत्त्व त्यामध्ये कोणत्याही प्रकारची वाढ न केल्यामुळे आज कमी आहे. बदलत्या ग्रामीण महाराष्ट्राचा अभ्यास करत असताना जमीन महसुलासंबंधी कोणते बदल झाले हे पाहणे अतिशय उद्‌बोधक होईल. कुठलाही जमीन मालक म्हणून, पट्टेदार म्हणून किंवा अन्य कोणत्याही हितसंबंधामुळे जमिनीमधील हक्कांबाबत शासनाला जी रक्कम देणे लागत असेल अशा रकमेला 'जमिनीचा महसूल' असे म्हणतात. या कराचे नाव 'जमीन महसूल' याच नावाने असले पाहिजे, असे काही नाही. त्यामुळे जमिनीसंदर्भात असलेला स्थानिक कर जसे, जिल्हा परिषद कर, ग्रामपंचायत कर, उपकर, शिक्षण कर, रोजगार हमी कर, जमिनीचे भाडेपट्टा मूल्य, खंड, पट्ट्यांची रक्कम, प्रीमियम या सगळ्याचा जमीन

महसुलात समावेश होतो. थोडक्यात, काय तर जमिनीच्या संदर्भात शासनाला द्यावा लागणारा कर म्हणजे जमीन महसूल होय.

जमिनीचा महसूल कोणी भरला पाहिजे याची जबाबदारी जमीन महसूल कायद्यामध्ये नमूद करण्यात आली आहे. त्यानुसार...

अ) स्वतःच्या मालकीच्या सर्व खालसा जमिनींबाबत भोगवटा करणारे सर्व जमीन मालक

ब) राज्यशासनाने ज्यांना जमिनी वाटल्या आहेत असे मूळच्या सरकारी जमिनींचे पट्टेदार

क) कूळकायद्यानुसार जमीन महसूल देण्याची जबाबदारी त्यांच्यावर आहे अशा कूळ असलेल्या व्यक्ती

ड) दुमाला जमिनीच्या बाबतीत जमिनीचा वरिष्ठ मालक

ई) एका जमिनीमध्ये एकापेक्षा जास्त व्यक्ती मालक असतील तर ते सर्व सहहिस्सेदार हे आपापल्या हिश्श्याचा जमीन महसूल देण्यास जबाबदार आहेत.

१९५०पर्यंत लोकांना पाच-दहा रुपये असलेला महसूलसुद्धा देणे अवघड जात होते. किंबहुना, १८८०पर्यंत दरवर्षी पिके घेण्यापूर्वी जमिनींच्या महसुलापोटी लिलाव होत असे आणि दरवर्षी जमिनीचा मालक बदलत असे. जो जमीन मालक भारी जमिनीला जास्त महसूल देईल किंवा हलक्या जमिनीला स्पर्धेमधून येणारा जो जास्त महसूल भरेल अशा व्यक्तीला जमीन दरवर्षी कसायला मिळे. अशा जमिनीची मालकी सरकारकडे मात्र वहिवाट वेगवेगळ्या शेतकऱ्यांकडे असे चित्र होते. कॉर्नवालिसने 'परमनंट सेटलमेंट' केली याचा अर्थ असा की, जमिनीमध्ये पीक आले नाही तरी किंवा दुष्काळ पडला तरी ठरावीक जमिनीचा महसूल दिलाच पाहिजे, असा दंडक निर्माण झाला. कारण पूर्वी फक्त पाण्याचे साधन असलेल्या व मगदूर चांगला असलेल्या जमिनी लिलावामध्ये जात. परंतु पाण्याची साधने नसलेल्या हलक्या व मुरमाड जमिनी कसण्यासाठी कोणीही घेत नव्हते. त्यामुळे सगळ्या गावाचा महसूल न येता ५०-६० टक्केच जमिनीचा महसूल सरकारला मिळू लागला. त्यामुळे ब्रिटिशांनी एका गावापासून जमीन महसुलाचे निश्चित उत्पन्न मिळाले पाहिजे असा विचार करून जमिनींची मोजणी करून जमीन महसूल ठरवून दिला. अर्थात, असा महसूल ठरवताना जमिनीचा कस, रंग, मातीची प्रत, खोली इत्यादींचा विचार केला. जमीन किती खोल आहे व शेतजमीन शेती पिके करण्यासाठी किती उपयुक्त आहे याचाही विचार केला. याच कारणामुळे एखादी जागा पडीक आहे, नदी किंवा ओढ्याखाली गेली आहे, अशा जमिनींना ब्रिटिशांनी आकार बसवला नाही. विहिरीचे क्षेत्र पिकासाठी उपलब्ध होत नाही तेवढ्या जमिनीला

कुठलाही जमीन मालक म्हणून, पट्टेदार म्हणून किंवा अन्य कोणत्याही हितसंबंधामुळे जमिनीमधील हक्कांबाबत शासनाला जी रक्कम देणे लागत असेल अशा रकमेला 'जमिनीचा महसूल' असे म्हणतात. या कराचे नाव 'जमीन महसूल' याच नावाने असले पाहिजे, असे काही नाही. त्यामुळे जमिनीसंदर्भात असलेला स्थानिक कर जसे, जिल्हा परिषद कर, ग्रामपंचायत कर, उपकर, शिक्षण कर, रोजगार हमी कर, जमिनीचे भाडेपट्टा मूल्य, खंड, पट्ट्यांची रक्कम, प्रीमियम या सगळ्याचा जमीन महसुलात समावेश होतो.

पोट खराब असे नाव देऊन या जमिनींवर त्यांनी महसूल बसवला नाही. गावातल्या सार्वजनिक जागा जसे स्मशानभूमी किंवा गुरे चारण्यासाठी वापरण्यात येणारी जमीन यावर त्यांनी जमीन आकारणी किंवा महसूल बसवला नाही. कारण अशा जमिनीचा महसूल भरला जाणार नाही याचा विचार केला गेला. त्यानंतरसुद्धा जमिनीचा महसूल भरू न शकल्यामुळे अनेक शेतकऱ्यांना जमिनी गमवाव्या लागल्या. त्यामुळे हजारो एकर जमिनी या पुन्हा सरकारच्या मालकीच्या झाल्या. अशा जमिनींचा महसूल गोळा व्हावा म्हणून या जमिनींचा लिलाव लावला जाई. लिलावात जर कोणी जमिनीसाठी बोली लावली नाही तर शासनाकडूनच एक रुपया नाममात्र बोलीने या जमिनी खरेदी केल्या जात आणि अशा जमिनींच्या सातबारावर 'सरकारी आकारी पड' असे शेरे येत. जमीन महसुलाच्या तुलनेत आता शासनासाठी इतर उत्पादनाचे कर अधिक वाढले आहेत. तरीदेखील शेकडो कायद्यांमध्ये विविध विभागांच्या करांची थकबाकी 'जमीन महसुलाची थकबाकी' म्हणून अंतिमरीत्या वसुली केली जाईल, असा उल्लेख असतो. त्यामुळे महसुली वसुली प्रमाणपत्र जिल्हाधिकारी यांच्याकडे पाठवले जाते आणि अंतिमरीत्या जंगम आणि स्थावर मालमत्तेच्या लिलावाद्वारे थकबाकी वसूल केली जाते.

❖❖❖

१.

दुष्काळाची दाहकता

गेल्या १०० वर्षांत महाराष्ट्राने दुष्काळाच्या झळा अनेक वेळा सोसल्या. दुष्काळामुळे बहुसंख्य लोक कुपोषित होतात, त्यांची उपासमार होते आणि बघता बघता लोकांच्या मृत्युदरामध्ये प्रचंड वाढ होते. एखाद्या भागामध्ये सलग अनेक वर्षे खूप कमी पाऊस पडला तर अवर्षण येते. दुष्काळ हा केवळ अवर्षण नसते तर अनेक घटना एकत्र आल्यामुळे दुष्काळाचा परिणाम निर्माण होतो. जागतिक तापमान वृद्धी, ओझोन थराचा ऱ्हास, वनांचा ऱ्हास, प्रदूषण, अवर्षण, पिकांचे नुकसान, तापमानातले बदल, पिकांवरील कीड व रोग असे अनेक परिणाम होतात. दुष्काळाची आपत्ती ही इतर आपत्तींपेक्षा वेगळी आहे. दुष्काळाची गुंतागुंत स्पष्ट करणारी सर्वसामान्य अशी व्याख्या नाही. दुष्काळाची सुरुवात संथ गतीने होते व त्याचा प्रभाव गाजावाजा न होता पसरत जातो. तसेच त्याचा अंमल त्या प्रदेशात काही महिने व वर्षापर्यंत राहतो. कोणतेही निर्देशांक दुष्काळाचा अंदाज समग्रपणे बांधू शकत नाहीत. तसेच परिणामांचा अचूक वेध घेऊ शकत नाहीत. दुष्काळाचे परिणाम हे मिश्र स्वरूपाचे असून, त्यांचे मूल्यांकन करणे कठीण असते. लगतच्या वर्षांत दुष्काळी परिस्थिती राहिल्यास परिणामांची तीव्रता अनेक पटींनी वाढते.

एकोणिसाव्या शतकाच्या उत्तरार्धात जगभरामध्ये पंचवीस गंभीर दुष्काळ पडले व त्यात ३० लक्ष लोक मृत्युमुखी पडल्याचे संदर्भ आहेत. १९४३-४४च्या दुष्काळात सुमारे ४० लाख लोक मृत्युमुखी पडले. पश्चिम बंगालमध्ये पडलेला हा दुष्काळ अलीकडील काळातील मृत्यूचे प्रमाण पाहता सर्वांत मोठा दुष्काळ मानला जातो. भारतात १८९१ ते २०१५ या काळात २५ मोठी दुष्काळी वर्षे होती. या २५ वर्षांत झालेला पाऊस सरासरी पेक्षा १० टक्के कमी होता. १७९०-९२मध्ये भारतात पडलेला

दुष्काळ फार भीषण होता. त्या काळात एवढे लोक मयत झाले की त्यांना पुरणेसुद्धा शक्य झाले नाही. त्यामुळे जागोजागी मानवी कवट्या दिसत. १९६५ ते १९६७ व १९७८ ते १९८०चा हा दुष्काळ पर्जन्याच्या प्रदेशावर परिणाम करणारा होता. १९७२, १९७९ व २००२चे दुष्काळ प्रामुख्याने कमी व मध्यम पावसाच्या प्रदेशात प्रभाव पाडणारे होते. महाराष्ट्रात १८०१ ते १९२१ या १२० वर्षांत तब्बल ३४ दुष्काळ पडले. त्यांपैकी १८७६-७७च्या महाराष्ट्रव्यापी दुष्काळात एका मुंबई प्रांतात ८ लाख बळी गेले. त्या वेळी एकट्या पुणे जिल्ह्यातून ११ लाख लोकांचे स्थलांतर झाले होते. स्वातंत्र्योत्तर राज्यातील दुष्काळांचा विचार केल्यास १९५३, १९६५, १९६६, १९७०-१९७३ तसेच १९८५-१९८७ अशी चार मोठी दुष्काळी वर्षे होती. यात १९७२-७३चा दुष्काळ हा स्वातंत्र्योत्तर महाराष्ट्रातील समाजजीवनावर फार मोठा परिणाम करून गेला. हा दुष्काळ संपून ५० वर्षे झाली तरी आजही लोकांच्या मनात अजून कूपनवर मिळालेला मिलो लाल गहू आणि रोजगार हमी योजनेच्या कामावर घेतलेली सुकडी लक्षात आहे. एका एका तालुक्यात दुष्काळी कामांवर ४०-५० हजार लोकांना काम पुरवावे लागे. महाराष्ट्रातील सुमारे ५ कोटींपैकी २ कोटी लोकसंख्या या काळात दुष्कांळग्रस्त होती. १९७०-७३ या तीन वर्षांत राज्यातील लागवडीखालील क्षेत्रात तब्बल ४६ लाख हेक्टरने घट झाली, तर ७५ लाख टन अन्नधान्याचे उत्पादन बुडाले. ६ लाख जनावरे मृत्युमुखी पडली, तर १५ लाख जनावरांची विक्री झाली.

दुष्काळ निवारण्याची अत्याधुनिक पद्धत प्रथमच सर जॉन कॅम्पबेल यांनी जाहीर केली. दुष्काळ निवारण्याची सर्व जबाबदारी सरकारवर पडते. १८८०च्या दुष्काळ समितीने केलेल्या शिफारशीनुसार १८८३मध्ये दुष्काळ प्रतिबंधक नियम जाहीर करण्यात आले. त्यामध्ये दुष्काळामध्ये बहुसंख्य लोकांना त्रास झाला तरच सरकार हस्तक्षेप करेल, बेकारांना रोजगार देणे एवढ्या पुरता सरकारी हस्तक्षेप मर्यादित राहील व खेड्यापाड्यातून

१९७२-७३चा दुष्काळ हा स्वातंत्र्योत्तर महाराष्ट्रातील समाजजीवनावर फार मोठा परिणाम करून गेला. हा दुष्काळ संपून ५० वर्षे झाली तरी आजही लोकांच्या मनात अजून कूपनवर मिळालेला मिलो लाल गहू आणि रोजगार हमी योजनेच्या कामावर घेतलेली सुकडी लक्षात आहे.

नियमित व सतत माहिती गोळा करणे, दुष्काळी कामाचे स्वरूप ठरवणे, वेतन व मजुरी यांचे दर ठरवणे, देणग्यांच्या स्वरूपात पैसे वाटणे, खेड्यापाड्यातील व्यवस्था राखणे, शेतसारा संपूर्ण अथवा अंशतः माफ करणे, तगाई कर्ज देणे, जंगलावरील निर्बंध कमी करणे वगैरेंचा नियमात समावेश केला आहे. हे नियम कसोशीने पाळणे प्रांत सरकारला कठीण जात असे व बरेचदा नियमभंग होत असत.

जमीन सुधारणा कायदा (१८८३) व कृषी कर्ज कायदा (१८८४) वरून शेतकऱ्यांना कर्ज देण्याची सोय करण्यात आली. पण या कायद्यांच्या कक्षेत दिलेला पैसा अपुरा होता. पुढे १८९० व १९०८मध्ये कायदे सुधारले गेले, पण त्यात दोष राहिले. सुरुवातीला दुष्काळातसुद्धा जबरदस्तीने शेतसारा गोळा करण्यात येत असे. १८९८नंतर शेतसाऱ्यात सूट देण्यात यावी असे ठरले. दिली गेलेली सूट अगदीच कमी होती, ती म्हणजे शेतसाऱ्यांच्या २ टक्के एवढीच होती. दारिद्र्य व दुष्काळ या ग्रंथात नोबेल विजेते अर्थतज्ज्ञ डॉ. अमर्त्य सेन यांनी दुष्काळ हा केवळ अन्नधान्याच्या तुटवड्यामुळे होत नसून धान्य उपलब्ध असतानासुद्धा वाटपातील विषमतेमुळे त्याचा विपरीत परिणाम गरिबांवर होतो हे दाखवून दिले. बंगालच्या दुष्काळात धान्याच्या साठेबाजीमुळे अन्नधान्य महाग झाले व सामान्य लोकांना खरेदी करणे शक्य झाले नाही. त्यामुळे लाखो लोकांची उपासमार झाली हे त्यांचे अनुमान आहे. दुष्काळाचे दाहक परिणाम पाहता दुष्काळाच्या झळा सोसणारी ही शेवटची पिढी ठरावी असे मात्र मनोमन वाटते.

❖❖❖

१०.

कथा भूजलाची

पृथ्वीवरील एकूण पाण्याच्या केवळ तीन टक्केच गोड पाणी नदी, तळे व तत्सम जलस्त्रोतांच्या स्वरूपात मानवाच्या वापरासाठी उपलब्ध आहे. महाराष्ट्रात नैऋत्य मोसमी पावसाद्वारे पाणी उपलब्ध होते. विशिष्ट ठिकाणी जमिनीत पाणी मुरण्याच्या प्रमाणामुळे भूगर्भात पाण्याचे साठे निर्माण होतात. त्यामुळे पर्जन्यमानाचे स्वरूप भूजल उपलब्धतेसाठी महत्त्वाचे ठरते. पर्जन्यमानाच्या स्वरूपावरून राज्याची विभागणी पुढीलप्रमाणे करण्यात आली आहे.

- अवर्षण प्रवण भाग : ७०० मि.मि.पेक्षा कमी पाऊस.
- शाश्वत पर्जन्यमानाचा भाग : ७०० ते १२०० मि.मि. पाऊस
- अति पर्जन्यमानाचा भाग : १२०० मि.मि. व अधिक पाऊस

गेल्या शंभर वर्षांत ग्रामीण भागातील पिण्याच्या पाण्याची साधने फार बदलली. हजारो वर्षांपासून गावामधील घनदाट वस्ती आणि वाड्यांवरील विखुरलेली वस्ती मुख्यतः विहिरीच्या पाण्यावर म्हणजे भूजलावर अवलंबून होती. कातडी किंवा पत्र्याच्या बैल मोटांनी सकाळी लवकर किंवा सायंकाळी पाण्याचा सांगळा काढला जात असे. विहिरीशेजारी घडवलेल्या दगडांनी बनवलेल्या थारोळ्यापासून जमिनीपर्यंत पाट केले जात. त्याच पाटावर वरच्या बाजूला पिण्याचे पाणी भरले जाई व खालच्या बाजूला कपडे किंवा जनावरे धुण्याचे काम होत असे.

ओढ्याचे पाणी डिसेंबर किंवा जानेवारीपर्यंत पुरत असे. त्या काळी उपसा कमी असल्यामुळे हे पाणी सर्व माणसांना व जनावरांना पुरे. बहुसंख्य गावठाणांतील विहिरी दगड किंवा विटांनी बांधलेल्या असत. विहिरीमध्ये उतरण्यासाठी पायऱ्या

केलेल्या असत. हजारो गावांशेजारी गाव तलावही होते. सर्व अवर्षणप्रवण भागात उन्हाळ्यामध्ये पिण्याच्या पाण्यासाठी खूप पायपीट करावी लागे. १९७२च्या दुष्काळात पहिल्यांदाच इंग्लंडमधून आणलेल्या सहा ड्रीलिंग मशिनमुळे वेगवेगळ्या राज्यांत विंधन विहिरी सुरू झाल्या. विदर्भात मामा तलाव, तापीमधील फड सिंचन यामुळे लोक पाण्याच्या मध्यवर्ती मुद्द्यांवर एकत्र राहिले व प्रत्येकाची गरज लक्षात घेऊन सिंचनाची कायमस्वरूपी व्यवस्था निर्माण झाली.

गेल्या १ हजार वर्षांत बुद्ध काळामध्ये खडक फोडून तयार केलेल्या पाण्याच्या टाक्या, मौर्य काळातील तलाव, सातवाहन व चालुक्य काळातील तलाव, राष्ट्रकूट काळातील वारप, यादव काळातील तलावांची माळ, विहिरी आणि बारवा, विजयनगर साम्राज्यात तलाव आणि कालव्यांची निर्मिती, निजामशाहीमध्ये शहराची पाणीपुरवठा व्यवस्था आणि त्यानंतरच्या काळातील पाझर तलाव व शहरात नळपाणीपुरवठा व्यवस्था पाहायला मिळतील. अजूनही राज्यामध्ये झऱ्यावरचे सिंचन, खजाना विहिरी, वळण बंधारे, भूमिगत कालवे, गाव तलाव, बंधारे, छतावरील जलसंधारण, पाण्याचे बोगदे आणि किल्ल्यावर पाण्याच्या टाक्या पाहायला मिळतात. आपले राज्य पिण्याच्या पाण्यासाठी सततच मुख्यतः भूजलावर अवलंबून होते.

पृथ्वीवरील ७१ टक्के पृष्ठभाग पाण्याने व्यापलेला आहे. त्यांपैकी ९७ टक्के पाणी खारे असून ते समुद्रात आहे. उर्वरित तीन टक्के पाणी गोडे आहे. संपूर्ण पृथ्वीच्या भूपृष्ठावर आणि विहिरीद्वारे वापरता येईल असा संपूर्ण जगाचा गोड्या पाण्याचा साठा एकूण १४ हजार घन किलोमीटर असलेला अंदाज आहे. एवढा पाणीसाठा जगातल्या ७५० कोटी लोकसंख्येला पुरेसा असला तरी या पाण्याची उपलब्धता पृथ्वीच्या पाठीवर सर्वांकडे समान नसल्यामुळे जगातील कोणत्या ना कोणत्या भागात सातत्याने पाणीटंचाई जाणवत राहते.

संपूर्ण राज्यात आता सुमारे २४ लाख विंधन विहिरी, ट्यूबवेल किंवा सिंचन विहिरी असल्याचे महसूल खात्याच्या नोंदीवरून लक्षात येते. राज्यातील भूगर्भीय स्थिती पाहता ८२ टक्के भूभाग हा बेसॉल्ट नावाच्या कठीण पाषाणाने व्यापलेला असून त्यात पाणी साठविण्याची क्षमता फारच कमी प्रमाणात आहे. तथापि, भेगा व सांधे निर्माण

जोपर्यंत भूजलाची उपलब्धता आणि उपसा यामध्ये समतोल साधला जात नाही तोपर्यंत पाणीटंचाईच्या झळा जाणवतच राहतील आणि याचा थेट परिणाम भूजल सिंचनावर आधारित शेतीवर पडत राहील. भूजल ही एक सामुदायिक संपत्ती असून, यामधील दोलायमानतेचा थेट संबंध सार्वजनिक अर्थव्यवस्थेवर पडत असतो.

झाल्याने या पाषाणात पाणी साठवण क्षमता निर्माण होते. भूपृष्ठीय रचना व भूगर्भीय स्थिती वर झालेल्या पर्जन्यमानाचे भूजलात रूपांतर होणे पूर्णपणे अवलंबून असते. प्रति वर्षी निर्माण झालेल्या भूजल साठ्यातून, सिंचनासाठी, औद्योगिक वापरासाठी तसेच शहरीकरण व वाढत्या लोकसंख्येनुसार पिण्याच्या पाण्याच्या वाढत्या मागणीमुळे भूजल उपसा मोठ्या प्रमाणात होतो व त्याचा भूजल पातळीच्या स्थितीवर परिणाम होत असतो.

भूजल पातळी

भूजल पातळी खोलवर जाणे अथवा कमी कमी होत जाणे हे मुख्यतः कमी पर्जन्यमान पर्यायाने कमी भूजल पुनर्भरण, पर्जन्यमानाची तीव्रता व त्याचा कालावधी, भूजलाचा विविध कारणांसाठी होणारा अति वापर आणि भूजल व्यवस्थापनाचा अभाव या बाबींवर अवलंबून असते. जोपर्यंत भूजलाची उपलब्धता आणि उपसा यामध्ये समतोल साधला जात नाही तोपर्यंत पाणीटंचाईच्या झळा जाणवतच राहतील आणि याचा थेट परिणाम भूजल सिंचनावर आधारित शेतीवर पडत राहील. भूजल ही एक सामुदायिक संपत्ती असून, यामधील दोलायमानतेचा थेट संबंध सार्वजनिक अर्थव्यवस्थेवर पडत असतो. सातबारा आपला म्हणजे जमिनीखालील पाणी आपले ही मानसिकता आता बदलावी लागेल हे मात्र निश्चित. त्यामुळे लोकसहभागातून प्रभावी भूजल व्यवस्थापनाशिवाय अन्य पर्याय नाही. भूजलाचा वापर अधिक डोळसपणे, समजूतदारपणे आणि सहयोगावर आधारित असल्याशिवाय मानवी जीवन सुखी होणार नाही.

❖❖❖

११.
शेतीकर्जाचा इतिहास

शेतीसंबंधीचे कर्ज, त्यावर अवलंबून असणारे लोक, त्या सर्वांची आर्थिक गरज व कर्जपुरवठा याबाबत गेल्या १०० वर्षांत बराच बदल झालेला दिसतो. शेती व्यवसायात अनिश्चितता असल्यामुळे इतर कर्जाच्या तुलनेत शेतीचे कर्ज महाग दराने का असते, याचे कारण समजते. आजही भारतातील अनेक भागांमध्ये गरजेनुसार कर्जाचा व्याजदर दरसाल दर शेकडा २० ते ५० टक्क्यांपेक्षा जास्त आढळतो. १९५१मध्ये रिझर्व्ह बँकेने नेमलेल्या ग्रामीण कर्ज पाहणी समितीने सर्वप्रथम शेती व्यवसाय करणाऱ्यांना कुठून किती कर्ज मिळते, याचा औपचारिक अभ्यास केला. त्यामध्ये शेतकऱ्याला लागणाऱ्या एकूण कर्जापैकी सर्वाधिक ४४.८ टक्के कर्ज धंदेवाईक सावकारांनी, २४.९ टक्के कर्ज शेती व्यावसायिक सावकारांनी, १४.२ टक्के कर्ज नातेवाइकांनी, ३.१ टक्के कर्ज सहकारी संस्थांनी आणि ३.३ टक्के कर्ज सरकारने दिल्याचे नमूद केले आहे.

आपले पूर्वज हे दुसऱ्याचे उधारीने घेतलेले पैसे आपण कधी एकदा फेडतो अशा तळमळीनेच जगत असत. आता हजारो वर्षांनंतर कर्ज कसे बुडवता येईल, हा विचार नेमका कधी उगम पावला हे सांगणे अवघड आहे. वैदिक काळात ऋण फेडण्याचा संबंध जन्म-मृत्यूच्या फेऱ्याशी जोडला गेला. वैदिक काळात कर्जाच्या दस्तऐवजाला 'ऋणपत्र' किंवा 'ऋणलेखे' असे म्हणत. सेठ, सावकार, महाजन, चेट्टी हे कर्ज देण्याचे काम करत. कौटिल्याच्या अर्थशास्त्रामध्ये 'ऋणपत्र', 'ऋणपन्ना' किंवा 'ऋणालेख' या वेगवेगळ्या कर्जाच्या दस्तावेजांचा उल्लेख आला आहे. त्यानंतर 'आदेश' म्हणजे अमुक माणसाला एवढी रक्कम द्यावी असा आदेश देणारा दस्तावेज वापरात आला.

स्वतःची जमीन कसणारा शेतकरी, दुसऱ्याची जमीन कसणारी कुळे, शेतमजूर, भूमिहीन मजूर अशा सगळ्यांना पैशाची गरज लागत असे. शेतसारा वाढत गेल्यामुळे व जमिनीचा कर १/६ वरून १/४ (चौथाई) केल्यामुळे शेतकऱ्यांमध्ये कर्जबाजारीपणा वाढत गेला. कितीही विचित्र वाटले तरी प्राचीन रोममध्ये 'मंदिर' हीच जगातील पहिली बँक होती. मंदिरात सोने, चांदी, रत्ने, मानके सुरक्षित ठेवले जात असे. गरजूंना जमीन, गायी खरेदीसाठी कर्जदेखील मिळायचे.

शंभर वर्षांपूर्वी बँका व सरकार अशा संस्थांद्वारे केवळ ७.५ टक्के एवढे कर्ज मिळत होते. ब्रिटिश काळात १८८३मध्ये लॅन्ड इम्प्रूव्हमेंट लोन ॲक्ट व १८८४ ॲग्रिकल्चरिस्ट लोन्स ॲक्ट हे दोन महत्त्वाचे कायदे करण्यात आले. महसूल खात्यामार्फत शेतजमीन तगाई कर्ज देण्याची सुरुवात करण्यात आली. तगाई न भरल्यामुळे अनेक लोकांच्या जमिनी १९२० ते १९५०च्या काळात सरकार जमा झाल्या. १८५० ते १९००पर्यंत अनेक ठिकाणी शेतकऱ्यांच्या या असंतोषामुळे दंगे सुरू झाले. १८७१ ते १८७५ या काळात पुणे येथील शिरूर तालुक्यातील करडे या गावच्या लोकांनी शेतकऱ्यांच्या वर लावलेल्या अवाजवी कर्जामुळे व चक्रवाढ व्याजामुळे घोडनदीमध्ये राहणाऱ्या व्यापाऱ्यांवर आक्रमण करून घरात घुसून व्यापाऱ्यांना मारहाण केली व शेती कर्जाच्या पावत्यांची जाळपोळ केली. हा शेतकऱ्यांचा आधुनिक काळातील पहिला उठाव मानला जातो. त्यानंतर चंपारण्य, बार्डोली अशा अनेक ठिकाणी शेतकऱ्यांनी कर्जाच्या प्रश्नाभोवती लढे उभारले. स्वातंत्र्य चळवळीमध्ये शेतकऱ्यांच्या या असंतोषाची भर पडली. अखिल भारतीय किसान परिषदेने, १९३६मध्ये स्थापना केल्यानंतर प्रा. एन.जी. रंगा यांच्या नेतृत्वाखाली शेतकऱ्यांच्या कर्जाच्या विषयासंबंधी संघटित प्रयत्न सुरू केले. याचा परिणाम जमीनदार वर्गाविरुद्ध व गैरहजर जमीन मालकांविरुद्ध असंतोषाची भावना वाढीला लागली व त्यातूनच 'कसेल त्याची जमीन' या तत्त्वानुसार जमीनदारी नष्ट करण्याच्या दृष्टीने पावले पडली.

अतिवृष्टी, अवर्षण, नद्यांचे पूर, पिकांवरचे रोग, नियमाने येणारा दुष्काळ यामुळे शेतकऱ्याने काहीही ठरविले तरी वेळेवर व्याजासह कर्जाची परतफेड, उत्पन्न व कुटुंबाचा खर्च यांच्यामधील मेळ फारसा काही जमला नाही. गरिबांचे शोषण हे मुख्यतः सावकारांनी केले. दिलेले कर्ज त्याच कामासाठी न वापरल्यामुळे शेती कर्जाची परतफेड होत नाही, असाही तज्ज्ञांचा अभिप्राय आहे. दैनंदिन व्यवहारामध्ये शेतकऱ्यांना लागणाऱ्या कित्येक गोष्टी 'कर्ज' या व्याख्येमध्ये बसत नाहीत. मुलीच्या लग्नात केलेला मांडवाचा खर्च आणि जावयाला घेऊन दिलेली सोन्याची अंगठी हे 'कर्ज' या व्याख्येत बसविणे कधीच शक्य झाले नाही. त्यासाठी आर्थिक खर्च मात्र शेतकऱ्याला होत राहिला. साहजिकच पूर्वीच्या काळात 'ऋण काढून सण साजरा करणे' अशी म्हण पडली.

चंपारण्य, बार्डोली अशा अनेक ठिकाणी शेतकऱ्यांनी कर्जाच्या प्रश्नाभोवती लढे उभारले. स्वातंत्र्य चळवळीमध्ये शेतकऱ्यांच्या या असंतोषाची भर पडली. अखिल भारतीय किसान परिषदेने, १९३६मध्ये स्थापना केल्यानंतर प्रा. एन.जी. रंगा यांच्या नेतृत्वाखाली शेतकऱ्यांच्या कर्जाच्या विषयासंबंधी संघटित प्रयत्न सुरू केले. याचा परिणाम जमीनदार वर्गाविरुद्ध व गैरहजर जमीन मालकांविरुद्ध असंतोषाची भावना वाढीला लागली व त्यातूनच 'कसेल त्याची जमीन' या तत्त्वानुसार जमीनदारी नष्ट करण्याच्या दृष्टीने पावले पडली.

१०६९मध्ये रिझर्व्ह बँकेने व्यंकटेय्या यांच्या अध्यक्षतेखाली नेमलेल्या राष्ट्रीय क्रेडिट कौन्सिलने कृषी कर्जाला प्राधान्य देण्यास सांगितले. आता रिझर्व्ह बँकेच्या धोरणानुसार अल्प मुदत कर्ज, मध्यम मुदत कर्ज, दीर्घ मुदत कर्ज, शेतीविषयक कामासाठी दिले जातात. १९९३ला किसान क्रेडीट कार्ड सुरू झाले. उजनी धरणात जमीन गेलेल्या एका जमीन मालकाने जमिनीचा मोबदला घेऊन आणि जुना सातबारा जोडून ७ लाख रुपये कर्ज त्या जमिनीवर काढल्याची घटना मला माहीत आहे. बँकेचे साहेब जेव्हा वसुलीसाठी गेले तेव्हा त्याच्या चुलतभावाने, "साहेब, धरणाच्या मध्ये पाण्याखाली ५० फूट खोलीवर ती बुडालेली जमीन आहे. तुम्ही काही वसुलीच्या भानगडीत पडू नका! तुम्हाला आता जमीन सापडणार नाही," असा सल्ला दिला होता. जमिनीचे रेकॉर्ड आता अद्ययावत झाल्यावर आणि त्यावर भू-आधार क्रमांक आल्यानंतर अशा लोकांचे कसे होणार?

❖❖❖

१२.

पारंपरिक ते अद्ययावत शेती अवजारे

बदलत्या ग्रामीण महाराष्ट्राचा अभ्यास करताना शेती आणि शेतीमधील अवजारे आणि यंत्रांमध्ये कसा बदल होत गेला हे पाहणेसुद्धा औत्सुक्याचे ठरेल. पूर्वी बहुसंख्य अवजारे ही शेतातच असणाऱ्या बाभूळ, खैर, सागवान, निंब अशा झाडांच्या लाकडांपासून बनवली जात. शेतकरी स्वतःच्याच रानातले लाकूड कापून, काही घरासाठी, काही अवजारे बनविण्यासाठी सुताराकडे बैलगाडीतून नेऊन टाकत असे. बैलगाडी सुताराने बनवायची, त्याची धाव लोहाराने बनवायची, कुऱ्हाड लोहाराकडून आणि त्याचा दांडा सुताराकडून घ्यायचा अशी पद्धत होती. त्यामुळे भारताच्या पारंपरिक शेतीमध्ये सर्व शेतकरी एकाच प्रकारची अवजारे बनवत. अवजारांमधली सुधारणा ही मुख्यतः सुतार किंवा लोहार यांच्या कल्पकतेवर अवलंबून होती. याचा परिणाम म्हणून भारतातल्या वेगवेगळ्या भागांमध्ये लाकडी नांगर, कुळव, फेणी, पहार, कोळपे, कुदळ, टिकाव, खुरपे, कोयते, मळणीची अवजारे यामध्ये त्या त्या भागामध्ये आकारामध्ये तफावत आढळते.

जागतिक पातळीवर इ.स. १६००पासून पारंपरिक शेतीमध्ये यांत्रिकीकरणामुळे सुधारणा सुरू झाल्या. इंग्लंडमधील जमीनदारांनी लाकडी नांगरामध्ये बदल करायला सुरुवात केली. १८१४मध्ये लाकडी फाळावरच लोखंडी तुकडा लावून जेथ्रेवूड याने लोखंडी नांगराचे पेटंट इंग्लंडमध्ये घेतले होते. नांगरताना मोठा दगड लागला व नांगर तुटला तर लगेच नांगर बदलणे सोपे होते. १८३३मध्ये ओतीव घडीव पत्र्यापासून पोलादी नांगर अमेरिकेत तयार केला गेला. १८००सालानंतर अमेरिकेत व युरोप खंडांमध्ये प्रमाणित यंत्रांचा विकास सुरू झाला. विशेषतः भारतामध्ये शेती अवजारे

पारंपरिकरीत्या हाताने वापरली जायची किंवा जनावरांकडून ओढली जात होती. बैल हा स्वतःच्या वजनाच्या एक दशांश एवढी ताकद ओढण्याच्या कामी येतो असे मानले जाते. शेतीची नांगरणी या सर्वांत महत्त्वाच्या मशागतीसाठी पूर्वी लाकडी नांगराचा वापर व्हायचा. जमिनीनुसार व वेगवेगळ्या भागानुसार नांगराचे आकार होते. धारवाडी नांगर, सोलापुरी नांगर, पंचमहाल नांगर, चरोचर नांगर, पुणेरी नांगर हे देशी नांगराचे प्रकार मानले जायचे. ट्रॅक्टर आल्यानंतर बैलाचा नांगर व ट्रॅक्टरने चालवला जाणारा नांगर असे मुख्य दोन भाग पडले.

लक्ष्मणराव किर्लोस्कर यांनी १९१०मध्ये किर्लोस्करवाडी येथील माळरानावर किर्लोस्कर ब्रदर्स नावाचा कारखाना उघडला व शेतीसाठी लागणारा नांगर, मोटार, चरखा व रहाट या वस्तूंचे उत्पादन सुरू केले. १९३४मध्ये महात्मा गांधी यांनी किर्लोस्कर-काळे चरखा स्वतः चालवून पाहिला तर १९४०मध्ये पं. नेहरू यांनी स्वतः किर्लोस्करांचा लोखंडी नांगर हातामध्ये धरला. त्या काळी करण्यात आलेल्या जाहिरातीमध्ये 'शेतकरी बंधूंनो! नांगरणीसाठीची मेहनत, खर्च व वेळ वाचवून उत्पादनात भर घालणारा किर्लोस्कर बंधूंचा सुधारलेला लोखंडी नांगर नं. ९ वापरा.'असा मजकूर होता.

शेतजमीन नांगरल्यानंतर मोठ मोठी ढेकळं फोडण्यासाठी आणि त्याच्यात अडकलेल्या गवताच्या मुळ्या फोडण्यासाठी कुळवाचा वापर होतो. फासेचा कुळव, तव्याचा कुळव व ड्रॅग कुळव असे कुळवाचे प्रकार आहेत. जमीन सपाट करणासाठी केणी वापरली जायची. शेतातला खड्ड्यातला भाग मातीने भरून सपाट करण्यासाठी केणीचा वापर सुरू झाला. पेरणीसाठी पाभरीचा वापर करताना बी पेरणाऱ्याच्या हाताची मूठ त्यावर व्यवस्थित बसेल अशा पद्धतीने रचना केलेली असते. मिश्र पीक म्हणून दुसऱ्या पिकाची मध्येच एखादी ओळ पेरायची असल्यास मोघन हे अवजार पाभरीच्या मागे जोडून वापरले जाई.

गेल्या काही वर्षांत शेती अवजारामध्ये अतिशय आधुनिकीकरण झाले असून, सारा यंत्र, टोकण यंत्र, तणनाशक यंत्र, फवारणी यंत्र, रोटाव्हेटर, हॅरो, कल्टीव्हेटर, फवारणी यंत्र, भात मळी यंत्र, गहू कापणी यंत्र, उसासाठी हार्वेस्टर अशी अद्ययावत यंत्रसामग्री आली आहे. शेतीमालाची वाहतूक, दुधाच्या व्यवसायासाठी शीत वाहने, पाणी उपसण्यासाठी मोटार, खत व बियाणे पेरणीयंत्र, टोकणयंत्र, शेंगा सोलणी यंत्र, भातसडीचे हलर यंत्र, सरकी काढायचे यंत्र, मका सोलणी यंत्र, हळद प्रक्रिया यंत्र, सौर मोटार, मळणी यंत्र, सूक्ष्म सिंचन सेट, रेन गन इत्यादींचा वापर केला जात आहे. मानवी श्रम कमी करत कमीत कमी माणसांमध्ये शेतीचे कामे करता येईल याचा सर्रासपणे विचार केला जात आहे.

लक्ष्मणराव किर्लोस्कर यांनी १९१०मध्ये किर्लोस्करवाडी येथील माळरानावर किर्लोस्कर ब्रदर्स नावाचा कारखाना उघडला व शेतीसाठी लागणारा नांगर, मोटार, चरखा व रहाट या वस्तूंचे उत्पादन सुरू केले. १९३४मध्ये महात्मा गांधी यांनी किर्लोस्कर-काळे चरखा स्वतः चालवून पाहिला तर १९४०मध्ये पं. नेहरू यांनी स्वतः किर्लोस्करांचा लोखंडी नांगर हातामध्ये धरला.

शेतमाल तयार झाल्यानंतर काढणीपश्चात तंत्रज्ञानातदेखील अद्ययावतीकरण आले आहे. फळे व भाजीपाला साठवण्यासाठी साठवणगृह, शीतगृह, कांद्यासाठी चाळी, प्रक्रिया करून हवाबंद करण्याची यंत्रणा, पावडर करण्याचे तंत्र आदींचा वापर होत आहे. पाणी उपसण्यासाठी सबमर्सिबल मोटार, सोलर पंप, पॅकेजिंग व बॉटलिंग यंत्रणा, अद्ययावत वाहतूक साधने आदींमुळे ग्रामीण भाग बदलत आहे. सर्वांचा परिणाम म्हणून शेती जास्त भांडवली खर्चाची झाली आहे. नांगरताना ट्रॅक्टरवर बसून यू-ट्यूबवर गाणे पाहणारा शेतमजूर आता भारतामध्येही दिसू लागला आहे. अवजारे अद्ययावत होत असताना शेतकऱ्यांच्या जीवनात डिजिटलायझेशन पण येत आहे. इस्त्राईलचा आणि आता नाशिकचा पण शेतकरी आता फळझाडांना द्रव्यखते देताना कोणत्या क्रमांकाच्या झाडाला ते देण्याची आवश्यकता आहे हे ठरवू लागला आहे. ग्रामीण महाराष्ट्रातील ही स्थित्यंतरे मानवी जीवनात आमूलाग्र बदल घडवत आहे असेच म्हणावे लागेल.

❖❖❖

१३.

अर्जफाट्यांच्या गमतीजमती

महाराष्ट्रामध्ये वेगवेगळ्या क्षेत्रात झालेले बदल शोधताना सामान्य माणसाचे सरकार दरबारी होत असलेले पत्रव्यवहार व त्यासाठी चालणारे अर्जफाटे यामध्येसुद्धा प्रचंड बदल झाला आहे. १०० वर्षांपूर्वी शिक्षणाचे प्रमाण अत्यल्प असल्यामुळे सरकारी कार्यालयात फारसे अर्ज येत नसत. त्या वेळी अर्ज देण्यापूर्वी प्रचंड तयारी केली जात असत. अर्ज हा नेहमी स्वतः समक्ष देऊन सादर करायची पद्धत होती. अर्जाची सुरुवात त्या वेळी मेहरबान हुजूर, राजमान्य राजश्री, मेहेरबान अशा शब्दांनी होत असे. त्या काळात विकास योजना नव्हत्या. त्यामुळे त्या योजनेचा लाभ मिळविण्यासाठी अर्ज करण्याचा फारसा प्रश्न उद्‌भवायचा नाही. मुख्य पत्रव्यवहार हा जमीन सारा माफी, तगाई अशा विषयांशी मर्यादित होता. जसजशी स्वातंत्र्य चळवळ जोम धरू लागली तसतशी प्रशासकीय चळवळ दडपण्यासाठी लोकांवर अत्याचार वाढू लागले. त्याबरोबरच भारतात कोठेही नवीन कायदा, हुकूम, अन्याय किंवा अत्याचाराच्या घटनेबाबत निषेधाचे अर्ज ब्रिटिश अधिकाऱ्यांना जाऊ लागले.

स्वातंत्र्यानंतर जसजशा विकास योजना राबविल्या जाऊ लागल्या तसतसा विकास योजनांचा लाभ मिळविण्यासाठी अर्ज वाढू लागले. अर्थातच या काळातील बहुसंख्य अर्ज हे सरकारी योजनांचा लाभ मिळण्यासंबंधी होते. त्या नंतरच्या काळात वैयक्तिक लाभाच्या अनेक योजना आल्या व त्याचा लाभ मिळविण्यासाठी लोकांचे अर्ज सुरू झाले. रेशनकार्ड व्यवस्था १९४५मध्ये सुरू झाली आणि रेशनकार्ड चा फायदा मिळावा म्हणून लोकांचे तहसील कार्यालयात हेलपाटे सुरू झाले. रेशनकार्ड व्यवस्थेमध्ये स्थलांतरित कुटुंबांची कार्डे कमी करणे, नावे कमी करणे, काही नव्याने

वाढविणे, जन्म व मृत्यू झाल्यावर काही नावे कमी करणे अशा पद्धतीने पत्रव्यवहार वाढू लागले. स्वातंत्र्यसैनिकांना निवृत्तिवेतन जाहीर झाल्यावर, एसटीचा लाभ मिळण्यासाठी, वैयक्तिक लाभाच्या कृषिविषयक योजनांचा लाभ मिळविण्यासाठी अर्ज वाढू लागले.

जगातील इतर देशांमध्ये लोक एवढ्या संख्येने अर्ज करीत असतील का? ते अर्ज कशा प्रकारचे असतील? त्यामध्ये गावच्या व सरपंचाच्या भानगडींची चौकशी करण्याची मागणी असेल का, असे असंख्य व नाना प्रकारचे प्रश्न डोळ्यापुढे येतात. वाट्टेल त्या विषयावर तलाठ्यापासून ते मंत्रालयापर्यंत दररोज लाखो निवेदने व अर्ज येतात. वास्तविक अशा अर्जांसाठी जर 'प्रक्रिया शुल्क' घ्यायला सुरुवात केले तर दररोज कोट्यवधी रुपयांचा कर सरकारकडे गोळा होईल. एखाद्याच्या जीवनात फार मोठा प्रश्न निर्माण होऊन जगणे असह्य झाल्यामुळे लोक निवेदने किंवा अर्ज देतात असे म्हणावे तर तेही चुकीचे ठरेल. एवढ्या मोठ्या खंडप्राय देशात कोट्यवधी लोक बेकार व रिकामटेकडे असून जगातल्या कोणत्याही गोष्टीवर ते कलेक्टरला निवेदन देऊ शकतात. एका नगरपालिका क्षेत्रातील एका गल्लीत गटार तुंबल्यामुळे दुर्गंधी पसरल्याचे निवेदन हे काम ज्या नगरपालिकेकडे आहे त्याचे वॉर्ड ऑफिस सोडून राष्ट्रपती, पंतप्रधान, मुख्यमंत्री, मंत्री, मंत्रालय, विभागीय आयुक्त, कलेक्टर, तहसीलदार इत्यादींना खास विशेषणे लावून पाठवले गेले. त्यानंतर सर्व कार्यालयांची निवेदनेसुद्धा ठरावीक अंतराने फिरत फिरत पुन्हा नगरपालिकेकडे आली. या सर्व निवेदनांना उत्तरे पाठवावी लागल्यामुळे तुंबलेली गटारे स्वच्छ करण्याच्या खर्चापेक्षा ८ ते १० पट खर्च हा सर्व ठिकाणी लेखी अहवाल, उत्तरे व खुलासे पाठविण्यासाठी आला. या अर्जाच्या सुनावणीसाठी मुख्य अधिकारी तीनवेळा सुनावणीला वरिष्ठांकडे हजर राहिले तो खर्च निराळाच!

कधी कधी कार्यालयात येणारी निवेदने अतिशय गमतीशीर असतात. कोणत्यातरी भलत्याच देशात घडलेल्या एखाद्या घटनेचा निषेध करणारी निवेदने स्थानिक कलेक्टरला दिली जातात. अशी निवेदने, पुन्हा राज्यातील सर्व कलेक्टरांकडून शासनाला जातात. त्या निवेदनांचे शासन शेवटी काय करते, हा एक दिव्य शोधच ठरावा! एका जिल्ह्यातील एक कर्मचारी पोस्टातून रिटायर झाल्यावर गावी शेतावर राहायला आला. हळूहळू काही वर्षे लोटली. त्याच्या डोक्यावर थोडा परिणाम झाला. तो त्या जिल्ह्याच्या कलेक्टरला दर आठवड्याला एक पत्र टपालातून पाठवायचा. त्या पत्रावर लाल कागद कापून हायकोर्टासारखे सील तयार करून लावायचा. त्या पत्रात वरच्या कोपऱ्यात मॉस्को, ताश्कंद, रशिया असा पत्ता टाकायचा व सहीच्या खाली गावाचे नाव! त्याच्या पत्राची सुरुवात फार मजेशीर असे;

स्वातंत्र्यानंतर जसजशा विकास योजना राबविल्या जाऊ लागल्या तसतसा विकास योजनांचा लाभ मिळविण्यासाठी अर्ज वाढू लागले. अर्थातच या काळातील बहुसंख्य अर्ज हे सरकारी योजनांचा लाभ मिळण्यासंबंधी होते. त्या नंतरच्या काळात वैयक्तिक लाभाच्या अनेक योजना आल्या व त्याचा लाभ मिळविण्यासाठी लोकांचे अर्ज सुरू झाले.

"हे यान मॉस्कोपासून ३२ मैलांवरून सोडण्यात आले आहे. ते येत्या बुधवारी दुपारी १ वाजून ३२ मिनिटांनी कलेक्टरच्या खुर्चीवर येऊन आदळणार आहे. सर्व भस्मसात, क्षणार्धात... त्या आधी माझी जमीन माझ्या नावाने करा." या अर्जदाराचा शोध घेतला असता थेट एका वस्तीवर हा माणूस आढळून आला. त्याच्या घरचे म्हणाले, की 'ते आमचे सासरे आहेत. पूर्वी पोस्टात नोकरीला होते. रिटायर झाले. म्हाताऱ्याला थोडे वेड लागलेय. तो दररोज कुणाला तरी बाजेवर बसून पत्र लिहितो आणि बडबडत सुटतो!'

एकदा सोलापूरला दहा लोक जीप करून गावातल्या नळकोढाळ्याचे नळ बसवून मिळावेत अशी मागणी घेऊन १०० कि.मी. अंतरावरून निवेदन द्यायला आले होते. नवीन नळ बसवण्याची किंमत त्या वेळी २५० रुपये होत होती आणि सर्वांचा जाण्या-येण्याचा खर्च ६०० रुपये! जगातल्या अनेक देशांमध्ये एवढी गंमत कोठून असणार!

❖❖❖

१४.
वशिलेबाजीचे बदलते स्वरूप

वशिलेबाजी करण्याची वृत्ती १०० वर्षांपूर्वी समाजात कमी होती असे मानता येईल. त्या वेळी शिक्षणाचे प्रमाण फार कमी होते. शिक्षणाचे प्रमाण वाढल्यानंतर न्याय साधा सोपा होईल. कारण शिकलेल्या लोकांना चुकीचे काय बरोबर काय हे लवकर कळेल, असा शिक्षणतज्ज्ञांचा अंदाज होता. परंतु प्रत्यक्षात तसे काही घडले नाही. जिल्हाधिकारी कार्यालयात आलेल्या एकूण अर्जांची छाननी केली असता त्यामध्ये ही बाब लक्षात आली, की १०० पैकी केवळ ९ टक्के अर्ज हे थेट जिल्हाधिकारी यांच्या अधिकारासंबंधी होते. ९१ टक्के अर्जामध्ये भलत्या व्यक्तीकडे असलेल्या कामाच्या प्रति कलेक्टरकडे देणे, त्याचे उत्तर मागणे, ते उत्तर नाही मिळाले म्हणून उपोषणाला बसणे आणि काहीच दाद नाही दिली, तर निदान अधिकाऱ्यांना त्रास देणे अशी वृत्ती दिसून आली.

एकदा भारताच्या राष्ट्रपतींसह एकूण २७ लोकप्रतिनिधींच्या नावे दिलेला एक अर्ज कलेक्टर ऑफिसला आला होता. त्यामध्ये तलाठी जाणीवपूर्वक सातबारा देत नसल्याबाबत तक्रार होती. त्याचे उत्तर तलाठ्याने जे दिले त्यामध्ये, 'अर्जदार व्यक्ती गावातील खातेदार नाही. कोणतीही जमीन त्याच्या नावावर नाही. हक्क संपादनाबाबतसुद्धा कोणताही अर्ज कार्यालयात केलेला नाही.' असे उत्तर एकूण २७ लोकांना वेगवेगळ्या वेळी पाठवावे लागले. थोडक्यात काय, तर जी व्यवस्था आहे ती मोडून काही ठरावीक लोक व्यवस्थेपेक्षा मोठे होऊ पाहत आहेत, आणि त्यामुळे मूळ व्यवस्थाच कोलमडून जाण्याच्या अवस्थेत आहे.

पूर्वीच्या काळी वशिलेबाजीचे स्वरूप अतिशय मर्यादित व छोटेखानी होते. सणावाराचे वेळी रॉकेल पुरत नसल्यामुळे आणखी दोन लिटर रॉकेल देण्यास सांगावे

किंवा ओळखीने शाळेत प्रवेश मिळवून द्यावा असे वशिलेबाजीचे स्वरूप असायचे. परंतु समाज इतका गुंतागुंतीचा निर्माण झाल्यावर वशिलेबाजीचे स्वरूपसुद्धा बदलले. नाशिकला मी असताना माझ्याकडे एकदा एक मोठे शिष्टमंडळ आले आणि फार मोठा धार्मिक उत्सव आम्ही करीत असून, त्याचे निमंत्रण द्यायला आलो आहे असे त्यांनी सांगितले. त्यानंतर मूळ मुद्द्याला शिष्टमंडळाने हात घातला. 'पाच दिवस चालणाऱ्या या धार्मिक उत्सवासाठी स्वयंपाकासाठी रोज ५० घरगुती वापरासाठी सिलिंडर आम्हाला मंजूर करावेत,' अशी त्यांची मागणी होती. 'कायद्यानुसार यासाठी घरगुती वापराचे सिलिंडर देता येत नाहीत, व्यापारी तत्त्वावरचे सिलिंडर वापरले पाहिजे' असे सांगितल्यावर मंडळी नाराज झाली. एवढ्या मोठ्या धार्मिक महोत्सवाला म्हणून अमुक-अमुक मंत्री त्यासाठी येणार आहेत, असे त्यांनी सांगितल्यावर मी त्यांना म्हणालो, 'धार्मिक कार्यासाठी चोरून घरगुती सिलिंडर वापरणे हे परमेश्वरालाच मान्य होणार नाही!' न्याय आणि वशिलेबाजी ही अशी एकमेकांच्या विरोधात असल्याचे यावरून स्पष्ट होते. किंबहुना, फार किरकोळ काम आहे असा फोन एखाद्या लोक प्रतिनिधींचा आला, की अधिकारी सावध होतात. सहज सांगितलेल्या कामात काय गोम असेल ते सांगता येत नाही.

सर्वसामान्य लोकांची ९० टक्के कामे ही नियमानुसार व कायद्याने आपोआप होणारी असतात. पण राहिलेली १० टक्के कामे मात्र जी नियमात बसणारी नसतात त्यासाठी आटापिटा करून प्रचंड वशिलेबाजी करून ते काम करून घेण्याकडे लोकांचा कल असतो. 'आमच्या कार्यकर्त्याकडून चुकून एक घटना झाली आहे त्याला मदत करा,' असे एका लोक प्रतिनिधीने एका अधिकाऱ्याला फोन करून सांगितले. प्रत्यक्षात जे किरकोळ कारण लक्षात आले ते म्हणजे त्याने केलेला नातेवाइकाचा खून!

१९६०-७०पर्यंत चुकीचे काम सांगणारे लोक नम्र असत आणि 'आमच्या पोटावर मारू नका,' अशी भाषा बोलत असत. आता त्या विरुद्ध सगळ्यात चुकीचे व बेकायदेशीर काम असणारा माणूस, 'तुम्ही काय धंदे करता हे आम्हाला माहीत आहे!' अशी भाषा बोलू लागले आहेत. शाळेच्या प्रवेशापासून सोईच्या ठिकाणी बदली करेपर्यंत, नियमात बसत नसताना, कर्ज मंजूर करून घेण्यासाठी, कर्ज रक्कम वाढविण्यासाठी, जमिनीच्या अटी-शर्ती काढण्यासाठी, इच्छित हेतू साध्य करण्यासाठी, दंड कमी करण्यासाठी, शिक्षा कमी करण्यासाठी अशा असंख्य कामासाठी लोक वशिलेबाजी करीत असतात. या सगळ्यांवर 'वाटले तर मी ॲफिडेव्हिट करून देतो' असा एक नामी उपाय या लोकांकडून सुचविला जातो. किंबहुना, संपूर्ण भारतात सगळ्यात प्रसिद्ध काही गोष्ट असेल, तर ती म्हणजे प्रतिज्ञापत्र हे आहे. शपथेवर खोटे बोलण्यासाठी अमेरिकेसारख्या देशात ३० वर्षे जेलमध्ये जाण्याची शिक्षा आहे व खून केल्यास आठ वर्षांची शिक्षा

पूर्वीच्या काळी वशिलेबाजीचे स्वरूप अतिशय मर्यादित व छोटेखानी होते. सणावाराचे वेळी रॉकेल पुरत नसल्यामुळे आणखी दोन लिटर रॉकेल देण्यास सांगावे किंवा ओळखीने शाळेत प्रवेश मिळवून द्यावा असे वशिलेबाजीचे स्वरूप असायचे. परंतु समाज इतका गुंतागुंतीचा निर्माण झाल्यावर वशिलेबाजीचे स्वरूपसुद्धा बदलले.

आहे. सर्व गुन्हे हे खोटे बोलल्यामुळेच निर्माण होतात यासाठी मानवी स्वभावाचा अभ्यास करून हे कायदे केले आहेत. जातीचा दाखला काढताना एकदा एका माणसाने 'तहसीलदारांना माझ्या मुलाचे त्याच जातीचा असल्याचे प्रतिज्ञापत्र देतो' असे सांगितले. त्यावर तहसीलदार त्याला म्हणाले, की 'वडिलांकडून मुलाला जात येते, मुलाकडून वडिलांकडे नाही!' तर्कशास्त्रालासुद्धा आवाहन देणारी ही वशिलेबाजी कुठल्या स्तराला जाईल हे सांगता येत नाही. ठाणे जिल्हा परिषदेत केवळ ३० टक्के घरभाडे जास्त मिळते म्हणून 'सासूची सेवा करण्यासाठी बदली कल्याण येथे करावी' अशी मागणी शेकडो शिक्षकांनी केली होती. अचानक सासूची सेवा एवढे लोक का करताहेत असा प्रश्न पडला. प्रत्यक्षात या मागची प्रेरणा म्हणजे जास्त मिळणारे घरभाडे हे चाणाक्ष लोकांच्या लक्षात आल्याशिवाय राहणार नाही.

❖❖❖

१५.

दमडी ते रुपया

गेल्या शतकात जसा ग्रामीण भारत बदलला तसाच ग्रामीण महाराष्ट्रसुद्धा बदलला. दुनिया ज्या रुपयाभोवती फिरते त्या रुपयातही बदल झाला. इ.स. सहाव्या शतकापर्यंत रुपयाचा इतिहास मागे जातो. चाणक्याच्या काळामध्ये म्हणजेच चंद्रगुप्त मौर्यांच्या काळात इ.स. पूर्व ३४०मध्ये चांदीचा रुपया अस्तित्वात होता. १५४०मध्ये शेरशहा सुरीच्या काळात १७८ चांदीच्या दाण्यांपासून रुपेरी रुपया बनविण्यात आला. त्या काळात चांदीच्या नाण्याला रुप्या, सोन्याच्या नाण्याला 'सुवर्णरूप', तांब्याच्या नाण्याला 'ताम्ररूप' आणि शिशाच्या नाण्याला 'शिसरूप' असे म्हटले गेले. तीन फुटलेल्या कवड्यांपासून एक कवडी, १० कवडीची एक दमडी, दोन दमडीचा एक धेला किंवा दीड पाईचा एक धेला, तीन पाईचा एक पैसा, चार पैशाचा एक आणा, आणि १६ आण्यांचा एक रुपया अशी रुपयाची रचना होती. 'कुणाला एक फुटकी कवडी देणार नाही' अशा बोलण्याच्या अर्थ, मी कसलीच तोशीस मला स्वतःला लावून घेणार नाही म्हणजे तुला काही देणार नाही असा होतो. गेल्या १ हजार वर्षांमध्ये या वाक्प्रचारांनीच सर्वसामान्य लोकांमधले व्यवहार बांधले गेले आहेत. यामुळेच खालील अनेक मराठी व हिंदीमधील म्हणी लोकमान्य पावल्या आहेत. – 'बंदा रुपया', 'एक फुटकी कवडी मी देणार नाही', 'सोळा आणे पीक आहे', 'धेले का काम नही करती', 'चमडी जाए पर दमडी न जाए', 'पाई पाई का हिसाब रखना', 'सोलह आने सच' इ.

१८७३मध्ये अचानक अमेरिकेमध्ये व युरोप खंडामध्ये फार मोठ्या प्रमाणावर चांदी सापडली. १९व्या शतकामध्ये जगातील सर्व महत्त्वाच्या अर्थसंस्था या सोन्याला पायाभूत मानू लागल्या. सोन्याच्या तुलनेत चांदीचे महत्त्व कमी झाले आणि भारताच्या रुपयाचेदेखील

गेल्या १०० वर्षांत जसे ग्रामीण जीवन बदलले, लोकजीवन, लोकसाहित्य व लोकसंस्कृतीमध्ये बदल झाला तसाच बदल पैशामध्ये पण झाला. किंबहुना, पैशामध्ये झालेले स्थित्यंतर हे सर्वांत प्रभावी होते आणि त्याचा परिणाम समाजातील संपत्ती, सुखसोयी, कर, उत्पन्न, स्थलांतर अशा सगळ्याच गोष्टींवर झाला.

अवमूल्यन झाले. या घटनेला 'रुपयाची घसरण' असे म्हटले गेले. ब्रिटिश साम्राज्याच्या राजवटीमध्ये चांदीचे नाणे भारताचे चलन म्हणून राहिले. १८३५मध्ये मोनोमेटॅलिक सिल्व्हर स्टॅंडर्ड ९९९ चांदी स्टॅंडर्ड स्वीकारले गेले. १८७०मध्ये भारत व इंग्लंड समुद्राखालील केबल टेलीग्राफने जोडले गेले आणि त्यामुळे १८७५पासून भारतातूनही इंग्लंडला निर्यात होणाऱ्या वस्तूंची रक्कम ही चांदीऐवजी भारत कौन्सिल बिलच्या रूपाने अदा होऊ लागली. भारतातील चलनांचा अभ्यास करण्यासाठी १८९८मध्ये भारतीय चलन समिती ऊर्फ फाऊलर कमिटीची स्थापना करण्यात आली. सोन्याला अधिकृत कायदेशीर चलन म्हणून मानणारा कायदा १५ सप्टेंबर १८९९मध्ये करण्यात आला. मुंबईच्या टांकसाळीमध्ये सोन्याची नाणी बनविण्याच्या चर्चेला फक्त सुरुवात झाली.

१९०१मध्ये एकूण ६७ लाख ५० हजार पौंडाची सोन्याची नाणी भारतीय लोकांच्या वापरासाठी ब्रिटिशांकडून देण्यात आली. ही नाणी चलनातून परत सरकारकडे येतील असे अपेक्षित होते. परंतु शासनाची अपेक्षा पूर्ण होऊ शकली नाही. ५० टक्के नाणी शासनाकडे परत येऊ शकली नाहीत, म्हणून हा प्रयोग पूर्णपणे फसला. यामध्ये झालेले नुकसान भरून काढण्यासाठी भारत सरकारकडे असलेले सर्व सोने इंग्लंडमध्ये नेण्यात आले. पहिल्या महायुद्धाच्या काळात युद्धाचा खर्च वाढल्यामुळे पौंडाची किंमत अतिशय घसरली. युद्ध संपल्यावर विस्टन चर्चिल यांनी युद्धाच्या पूर्वीच्या पातळीला पौंडची किंमत निर्माण केली. त्यामुळे सोन्याची किंमत अचानक घसरली. १९३१-४१मध्ये इंग्लंडने फार मोठ्या प्रमाणावर भारताकडून सोने खरेदी केले. त्यासाठी सोन्याची किंमत वाढवली आणि त्या बदल्यात प्रिंट केलेली पेपर करन्सी दिली.

१९१८मध्ये पाचव्या जॉर्ज या इंग्लंडच्या राजाच्या नावाने १ रुपयाचे चांदीचे नाणे सुरू झाले. हेच नाणे १९९२मध्ये स्टेनलेस स्टीलपासून बनविले जाऊ लागले. १९६४मध्ये भारताने १ पैसा, २ पैसे, ५ पैसे व २० पैसे अशी ॲल्युमिनिअमची नाणी प्रसारित केली. १९५५मध्ये भारताने नाण्यांमध्ये दशमान पद्धती आणली आणि एक पैशाचे तांब्याचे नाणे बनविले. भारत सरकारला केवळ नाणे म्हणून एक रुपयाची नाणी छापण्याचा अधिकार आहे. नाण्यांचे डिझाइन करणे आणि नाणी छापणे हे काम भारत सरकार करते. मात्र वितरणामध्ये ही नाणी रिझर्व्ह बॅंककडून आणली जातात.

स्वातंत्र्यानंतर भारताने भारतीय स्टेट्समन, ऐतिहासिक व धार्मिक प्रसिद्ध व्यक्तींच्या नावाने संस्मरण नाणी काढण्यास सुरुवात केली. १८६१मध्ये भारताने पहिला पेपरचा पैसा प्रसिद्ध केला. त्यामध्ये १० रुपयांची नोट १८६४मध्ये, ५ रुपयांची नोट १८७२मध्ये, १०,००० रुपयांची नोट १८९९मध्ये, १०० रुपयांची नोट १९००मध्ये, ५० रुपयांची नोट १९०५मध्ये, ५०० रुपयांची नोट १९६०मध्ये, १००० रुपयांची नोट १९०९मध्ये छापण्यात आल्या.

रिझर्व्ह बँकेने नोटांचे उत्पादन १९३८मध्ये सुरू केले आणि २, ५, १०, ५०, १००, १०००, १०,०००च्या नोटा प्रसारित केल्या. त्यांपैकी १००० व १०,०००च्या नोटा रद्द झाल्या आहेत.

गेल्या १०० वर्षांत जसे ग्रामीण जीवन बदलले, लोकजीवन, लोकसाहित्य व लोकसंस्कृतीमध्ये बदल झाला तसाच बदल पैशामध्ये पण झाला. किंबहुना, पैशामध्ये झालेले स्थित्यंतर हे सर्वांत प्रभावी होते आणि त्याचा परिणाम समाजातील संपत्ती, सुखसोयी, कर, उत्पन्न, स्थलांतर अशा सगळ्याच गोष्टींवर झाला. रुपयातले हे स्थित्यंतर मानवी जीवनावर प्रचंड प्रभाव टाकून गेले असे म्हणता येईल. 'रुपया भवती फिरते दुनिया' असे म्हणतात ते उगीच नाही...!

❖❖❖

१६.

सार्वजनिक मिळकतीचे बदलते स्वरूप

गेल्या शतकामध्ये गावातील सर्वच मिळकतींवर मोठा परिणाम झाला आहे. सार्वजनिक मिळकतीचे स्वरूपसुद्धा आमूलाग्र बदललेले दिसते. हजारो वर्षांपासून ज्या जमिनींमध्ये लोक एकत्रितरीत्या राहत होते, त्यांना 'गाव' असे संबोधले गेले. गावाचे भौगोलिक क्षेत्र मोठे असले, तरी त्याच गावातील लोकसुद्धा 'गावात जायचे' असे जेव्हा म्हणत त्या वेळी त्याचा अर्थ शेतजमिनीतून गावठाणामध्ये जायचे असा घेतला जात असे. सर्व्हे आणि सेटलमेंट झाले तेव्हा शेतीसाठी न वापरल्या गेलेल्या व लोक राहत असलेल्या पांढरीतील भागाला 'गावठाण' असे नाव पडले. गावठाणामध्ये सुरुवातीला लोक शेतजमिनीच्या तुलनेने जरी दाटीवाटीने राहत असले तरी घराच्या आजूबाजूला काही मोकळी जमीन असे. ही मोकळी जागा अंगणासाठी, परसबागेसाठी, उकिरड्यासाठी, रांजणासाठी वापरली जात असे.

१८५३मध्ये घराच्या शेजारी प्रत्येक वैयक्तिक कुटुंबाच्या मालकीच्या असणाऱ्या जमिनींना पार्डी किंवा वाडी जमिनी असे म्हटले गेले. दहा गुंठ्यांपर्यंतच्या अशा मोकळ्या जमिनीला जमीन महसूल बसवला गेला नाही. सुरुवातीला २ हजारांपेक्षा जास्त लोकसंख्या ज्या गावठाणांमध्ये आहे अशा ठिकाणी सिटी सर्व्हे करण्यात आला व त्याचे प्रॉपटी कार्ड बनवण्यात आले. हळूहळू गावठाणामधल्या रिकाम्या जागा कमी होत गेल्या. गावठाणांमधील उकिरडे वारसा हक्काने आलेल्या नव्या पिढीने कमी करून त्या ठिकाणी घरे बांधली. १९६०पर्यंत मोठे वाडे वगळता बहुसंख्य इतर घरांच्या शेजारी नवीन घरे बांधली गेली. वाड्यामधल्या खोल्या भावाभावांमध्ये वाटल्या गेल्या. गावठाणमध्ये बिगर शेती कर नसल्यामुळे लोक अगदी दाटीवाटीने व माड्या

बांधून राहू लागले. घराच्या कडेला मोकळ्या जागेत बांधलेली स्वच्छतालये घरामध्ये आली.

गावठाणातील रिकाम्या जागेत लोकवस्ती जशी वाढू लागली तसेतसे त्या लोकवस्तीला जोडणारे रस्ते, गल्ल्या, विजेचे खांब, गटारी, पाइपलाइन इत्यादींचे काम सुरू झाले. प्रत्येक गावात गुरे चरण्यासाठी ठेवलेले 'गायरान' हे सार्वजनिक मिळकतीतील सरकारी मालकीचे सर्वांत मोठे क्षेत्र होते. गायरान हे मुख्यतः सर्व शेतकऱ्यांची जनावरे चारण्यासाठी वापरले जात होते. जशीजशी विकासाची कामे व योजना सुरू झाल्या तशी सर्वांत पहिली झळ गायरान जमिनींना बसली. बेघरांना घरे बांधून देण्यासाठी, कमी पडणाऱ्या शाळेच्या खोल्यांसाठी, ग्रामपंचायतीच्या इमारतीसाठी, विजेचे पॉवर स्टेशन बांधण्यासाठी व इतर असंख्य कामांसाठी गायरान जमिनी वर्ग झाल्या. गावामध्ये असलेल्या धर्मशाळा व कोंडवाडे १९५०-६०च्या दरम्यान बंद झाले. मोठ्या गावांमध्ये १९७०च्या आसपास व तुलनेने छोट्या गावांमध्ये १९९०च्या आसपास सार्वजनिक जमिनीत गुरे वळायला न्यायची पद्धत जवळपास बंद झाली होती.

विदर्भात मालगुजारी तलाव व उर्वरित महाराष्ट्रातील पाझर तलाव, गाव तलाव आजही सुरक्षित राहिले असले तरी त्यांच्या कडेच्या शेतजमिनी वहिवाटीखाली आल्यामुळे आजूबाजूला होणारी पायवाटांची वर्दळ व बांधाचे क्षेत्र संपुष्टात आले. नगरपालिका आणि महानगरपालिका यांच्या क्षेत्रात संरक्षित भिंती बांधलेल्या मसणवाट, स्मशानभूमीच्या जमिनी वगळता गावांमधल्या अशा सार्वजनिक क्षेत्रांचे आकुंचन झाले. काही ठिकाणी वापरात नसलेल्या स्मशानभूमीच्या जमिनीसुद्धा लोकांनी वहिवाटीखाली आणल्या. ब्रिटिशांच्या काळात कालव्यांच्या दोन्ही बाजूंना भराव करून केलेले रस्ते १९६०नंतर हळूहळू कोरायला सुरुवात झाली. बैलगाडी जाईल एवढीच जागा लोक आता ठेवू लागले. नद्या आणि ओढे यांच्या कडेला असलेली आंब्याची, करंजीची, शिंदीची झाडे हळूहळू काढून टाकून नदीच्या किनाऱ्यापर्यंत मळई जमीन कसायला सुरुवात झाली. शेताला जाणाऱ्या पायवाटा एक दीड फुटापर्यंत अरुंद झाल्या. महाराष्ट्रातील बऱ्याच गावांमध्ये असणाऱ्या ३३ फुटाच्या साखळी मोजमापाचे

जे जे सार्वजनिक आहे मग ते समाजमंदिर असो की मंदिर, कायमस्वरूपी संरक्षित करून राखण्याकडे मागच्या पिढ्यांचा भर होता. सार्वजनिक जागेत भाजी विकायला बसलेल्या माणसाला पाटील हटकत असत. त्याला बाजारपट्टी भरावी लागे. आता, 'सार्वजनिक म्हणजे तुमची नाही ना?' असा रोखठोक प्रश्न अतिक्रमण करणारा विचारतो.

शीवरस्ते अतिक्रमण करून अरुंद व्हायला लागले. एकाने अतिक्रमण केले म्हणून दुसरे शेतकरी अतिक्रमण करू लागले, यामुळे हळूहळू गावाची शीव संपुष्टात येऊ लागली. गुरे वळायला माणसे मिळेनाशी झाली आणि जनावरांची संख्या पण यांत्रिकीकरणाची चाहूल लागल्यामुळे हळूहळू कमी होऊ लागली.

आजही तलाठी दफ्तरामध्ये प्रत्येक गावाचे क्षेत्र व त्यांपैकी वन जमिनीसाठी, कुरणासाठी, निःशुल्क गायरानासाठी, गावठाणासाठी, तलावासाठी, मसणवाटेसाठी, रेल्वेसाठी, पिण्याच्या पाण्याच्या पाट, पोट खराब रस्ते व मार्ग, नळमार्ग कालवे इत्यादींसाठी, कटक (कॅन्टोमेंट) क्षेत्रातील जमिनींसाठी, सैनिक छावणी, गोळीबारासाठी, शाळा, धर्मशाळेसाठी ठेवलेल्या सार्वजनिक वापराच्या जमिनींसाठी किती क्षेत्र सर्वेक्षणाच्या वेळी नेमून दिलेले आहे याची आकडेवाडी मिळते. नदी-नाल्यापासून वरील सर्वच सार्वजनिक मिळकतीचे क्षेत्र आकुंचित झाले असून, खासगी मिळकतीचे क्षेत्र अबाधित व काही प्रसंगी वाढलेले दिसेल.

गेल्या शतकातील ग्रामीण जीवनातील बदल हा सार्वजनिककडून वैयक्तिककडे कसा झाला याचीच साक्ष जणू जमिनीच्या वापरातील हे बदल दर्शवतात. जे जे सार्वजनिक आहे मग ते समाजमंदिर असो की मंदिर, कायमस्वरूपी संरक्षित करून राखण्याकडे मागच्या पिढ्यांचा भर होता. सार्वजनिक जागेत भाजी विकायला बसलेल्या माणसाला पाटील हटकत असत. त्याला बाजारपट्टी भरावी लागे. आता, 'सार्वजनिक म्हणजे तुमची नाही ना?' असा रोखठोक प्रश्न अतिक्रमण करणारा विचारतो. न्या. चंद्रशेखर धर्माधिकारी एकदा म्हणाले, 'लोकांच्या दृष्टीने, अतिक्रमण करण्यासाठी तुझ्या बापाची नसलेली व संरक्षित किंवा स्वच्छ ठेवण्यासाठी माझ्या बापाची नसलेली जमीन म्हणजे सार्वजनिक जमीन होय!' अशा या काळात 'सार्वजनिक' म्हणजे संपूर्ण गावाच्या हितासाठी हजारो पिढ्यांना वापरात येणारा सार्वजनिक हक्कांचा खरा वारसा ही भूमिका कशी टिकेल ते सांगणे अवघड आहे.

❖❖❖

१७.

दारिद्र्यरेषेचे अखंड प्रेम

गेल्या शतकातील ग्रामीण महाराष्ट्राचा बदल विचारात घेताना शंभर वर्षांत लाखो, कोटी रुपये पायाभूत सुविधांवर खर्च होऊन व बहुसंख्य लोकांचे दरडोई उत्पन्न वाढूनही दारिद्र्यरेषेखाली जाण्याची धडपड कशी वाढली, हा बदल पाहणे फारच उद्‌बोधक ठरेल. स्वातंत्र्यापासूनच दारिद्र्यरेषा ठरविण्याचा प्रश्न आव्हानात्मक राहिला आहे. विकास योजनांचा व आर्थिक तरतुदींचा संबंध किती लोक दारिद्र्यरेषेखाली आहेत, या विषयासंबंधी आहे. दादाभाई नौरोजी यांनी १८६७-६८च्या किंमती विचारात घेऊन दरडोई प्रत्येक वर्षी १६ ते ३५ रुपये ही दारिद्र्यरेषा आहे असा अंदाज केला. १९३८मध्ये नियोजन आयोगाने १५ ते २० रुपये प्रतिमहिना, तर सर्वांत अलीकडे रंगराजन समितीने (वर्ष २०१४) शहरांसाठी ४२ रुपये व ग्रामीण भारतासाठी ३२ रुपये दररोजच्या खर्चावर आधारित दारिद्र्यरेषा निर्धारित केली. मात्र भारतातला प्रत्येक माणूस अहोरात्र जी धडपड करतो ती श्रीमंत होण्यासाठी असा जर आपला समज असेल तर तो चुकीचा आहे, असे प्रशासकीय कार्यालयांना भेट दिल्यावर समजते. मुलांना स्कॉलरशिप मिळवण्यासाठी, वशिल्याने नोकरी मिळण्यासाठी कागदोपत्री पुरावा तयार करणारा, स्वस्त धान्य मिळवण्यासाठी पिवळ्या रेशनकार्डाच्या मागे लागलेला व मुलांना मात्र चांगल्या, प्रचंड शुल्क असणाऱ्या इंग्रजी माध्यमाच्या शाळेत घालणारा हा माणूस गरिबी रेषेच्याखाली जाण्यासाठी किती धडपड करतो असे कोणत्याही तहसीलदार कचेरीत गेल्यावर स्पष्ट होते.

आयुष्यात कधीही न पाहिलेली ही रेषा आपण कधीच ओलांडू नये यासाठी वाटेल तो प्रयत्न करण्याची त्याची तयारी असते. त्यासाठी प्रथम तो कागदपत्रे गोळा करतो.

आपली श्रीमंती दाखवणारी कागदपत्रे मात्र तो घरीच ठेवतो. ज्या दिवशी ही कागदपत्रे तहसील कचेरीत जायची असतात त्या दिवशी मुद्दाम खराब किंवा साधे कपडे घालतो. तहसील कचेरीतला बेरकी कारकून जेव्हा त्याला विचारतो, की "तुम्ही वार्षिक ४५ हजारांपेक्षा कमी उत्पन्न दाखवताय पण तुमच्या नावावर तर शेती आहे?" त्यावर "तुम्हाला तर माहितीच आहे, हा सगळा दुष्काळी पट्टा आहे. उलट माझ्या पगारातले पैसे घालून मी बळेच शेती करीत आहे!" असे उत्तर देतो. गंमत म्हणजे एक महिन्यानंतर गारपीट झाली की या शेतात लाखो रुपयांचे नुकसान होते. त्यानंतर पंचनामे करताना किती जास्त नुकसान झाले ते सिद्ध करण्यासाठी तो धडपडतो. दारिद्र्यरेषेखाली जाण्याची ही अखंड धडपड मात्र चालूच असते. परदेशात मुलांना शिकवायला पाठवताना किंवा खासगी हॉस्पिटलमध्ये उपचार घेताना हाच माणूस 'पैशाची तुम्ही काळजी करू नका! आत्ता २ लाख डिपॉझिट भरतो,' असे सांगत असतो.

जगातील सर्व देशांतील लोक आपले दरडोई उत्पन्न कसे वाढेल या चिंतेत असताना आपल्या देशातील समस्त नागरिक दारिद्र्यरेषेखाली जाण्याची धडपड करीत असल्याचे दिसते. ९० टक्के लोक सरकारी कार्यालयात कोणत्याही कामासाठी आल्यावर ही तीन वाक्ये उच्चारतात.

'सर, मी गरीब कुटुंबातला आहे.' 'मी दारिद्र्यरेषेखालील/अल्प भूधारक/अल्पसंख्याक/अत्यल्प उत्पन्न गटातील/पिवळ्या रेशनकार्डवाला/गरीब लाभार्थी आहे.' 'नियमात नसेल बसत तर खास बाब म्हणून माझं प्रकरण मान्य करावे.' एका माणसाला हे शब्दप्रयोग करण्याची एवढी सवय जडली की सवयीने त्याने एकदा गावच्या जत्रेत देवदर्शनाला गेल्यावर गर्दीतून वाट काढत मंदिराच्या दरवाज्याजवळच्या सुरक्षारक्षकाला "मी अत्यल्पभूधारक आहे, मला लवकर आत सोडा!" असे सांगून प्रवेश मिळवला. सर्वांत जास्त गंभीर परिस्थिती तेव्हा येते जेव्हा अशा गरिबी रेषेखाली जाण्यासाठी धडपडणाऱ्या माणसाच्या मुलाला मेरिटवर कधी उच्च शिक्षणासाठी जास्त

स्वातंत्र्यापासूनच दारिद्र्यरेषा ठरविण्याचा प्रश्न आव्हानात्मक राहिला आहे. विकास योजनांचा व आर्थिक तरतुदींचा संबंध किती लोक दारिद्र्यरेषेखाली आहेत, या विषयासंबंधी आहे. दादाभाई नौरोजी यांनी १८६७-६८च्या किंमती विचारात घेऊन दरडोई प्रत्येक वर्षी १६ ते ३५ रुपये ही दारिद्र्यरेषा आहे असा अंदाज केला. १९३८मध्ये नियोजन आयोगाने १५ ते २० रुपये प्रतिमहिना, तर सर्वांत अलीकडे रंगराजन समितीने (वर्ष २०१४) शहरांसाठी ४२ रुपये व ग्रामीण भारतासाठी ३२ रुपये दररोजच्या खर्चावर आधारित दारिद्र्यरेषा निर्धारित केली.

शुल्क असणाऱ्या महाविद्यालयात किंवा परदेशात मास्टर्स करण्यासाठी प्रवेश घ्यायचा असतो, त्या वेळी आर्थिक मागासलेपणाचा दाखला घरी ठेवून तो आपले उत्पन्न जास्त कसे आहे, हे सिद्ध करण्यासाठी पुन्हा धडपड सुरू करतो. दारिद्र्यरेषेचे सर्वेक्षण करताना दिलेल्या ३२ गुणांपैकी १७ गुण किंवा त्यापेक्षा कमी गुण असल्यास व्यक्ती दारिद्र्यरेषेखालील असल्याचे ठरवले जाते.

एकदा एका ठिकाणी ५ हजार एकर माळरान जमिनीचे उद्योगासाठी भूसंपादन होणार होते. त्या वेळी 'ही जमीन फार सुपीक आहे, या जमिनीतून एकेकाळी ५०-५० पोती एकरी ज्वारी/बाजरी निघत होती,' असा युक्तिवाद जमिनीचा जास्त मोबदला मिळण्यासाठी काही शेतकऱ्यांनी केला. त्यावर एक अधिकारी म्हणाला, "गेल्या ३० वर्षांचा हिशेब केला, तर १००० पोती ज्वारी लेव्ही म्हणून तुम्ही सरकारला दिली पाहिजे!" त्यावर ते शेतकरी म्हणाले, की 'साहेब मागचा हिशोब काढू नका. थोडी किंमत वाढवून द्या म्हणजे झालं.' जी गोष्ट जमिनीच्या भूसंपादनाच्या वेळी असते तीच गोष्ट मुला-मुलींचे लग्न जमवतानासुद्धा असते. एकदा एका माणसाला त्याचा मित्र म्हणाला, "अरे, तुझी मुलगी दिसायला चांगली व हुशार आहे. ग्रॅज्युएटही झाली आहे. एक चांगले स्थळ आहे तिच्यासाठी, पण लग्नाचा खर्च तुला पेलवणार कसा? तू तर दारिद्र्यरेषेखाली आहे." त्यावर तो म्हणाला, "हे बघा, माझ्याकडे पैसे काही कमी नाहीत. आपण सहज १०-१२ लाख खर्च करू शकतो लग्नावर! मी आपला कागदोपत्री दारिद्र्यरेषेखाली आहे." अशी ही राजीखुशीने स्वीकारलेली 'गरीब लाभार्थी' भूमिका असते. जगातल्या अनेक देशांना यापासून किती शिकता येईल? अजूनही युरोपमधील चीन, रशियामधील नागरिकांना या एवढ्या मोठ्या रहस्याचा कसा सुगावा लागला नाही?

❖❖❖

१८.

वाडीवरची शाळा

एखाद्या गावाच्या अनेक वाड्या असतील तर त्यांपैकी मोठ्या वाडीवर प्रथम एक शिक्षकी शाळा आल्या. मुख्य गावात पहिली ते चौथी किंवा पहिली ते सातवीपर्यंत शाळा आल्या. वाडीवस्तीवर असलेल्या एक शिक्षकी शाळांमध्ये तालुक्याच्या गावातून एक शिक्षक येत असे. बहुसंख्य वाड्या वस्त्यांमध्ये शाळेची हीच इमारत वाडीवरची पहिली पक्की इमारत होती. शाळेच्या वर्गात एक लाकडी टेबल व खुर्ची होती. शाळेच्या एका कोपऱ्यात खेळाचे साहित्य तसेच पुस्तके वाचायला ठेवलेली असत. शाळेच्या व्हरांड्यात अनेक वेळा दुपारच्या सुट्टीत मुलं खेळत असत. एका भिंतीवर काळ्या रंगाचा फळा आणि त्यावर लिहिण्यासाठी खडूंचा बॉक्स सोबत असे. थंडीच्या दिवसात सर्व मुलांना घेऊन शाळेच्या बाहेर उन्हामध्ये बसून शिकवले जाई. पाऊस पडायला लागल्यावर माणसांना आणि जनावरांना आडोशासाठी या पक्क्या जागेचा वापर होत असे. लोकांनाही पाऊस आल्यावर शाळेमध्ये शेळी किंवा बोकड बांधताना चुकीचे वाटत नसे. शाळेचे गुरुजी ज्यावेळी येतील त्यानंतर १०-१५ मिनिटांनी सगळी मुलं येत व त्यानंतर प्रार्थना म्हणून शाळेची सुरुवात होत असे.

शाळा तपासणीसाठी कधीतरी शाळेचे इन्स्पेक्टर आले, तर मुलांना काही प्रश्न विचारून, गणितं सोडवून, पाढे, कविता पाठ आहेत का, ते तपासून शेरे पुस्तकात लिहीत असत. परत जाताना जवळपासच्या शेतकऱ्यांच्या शेतातील भाजीपाला वानवळा म्हणून इन्स्पेक्टरला देऊन तपासणी पूर्ण होत असे. कधी कधी तर गुरुजींनी शाळेत पाऊल टाकल्या टाकल्याच शाळेत बांधलेली जनावरं उभी राहून गुरुजींचा मान ठेवत असत. वाडी वस्तीवर लग्नकार्य असेल तर गुरुजींना हमखास आमंत्रण

असे. लग्नपत्रिकेचा मजकूरसुद्धा गुरुजींकडूनच लिहून घेतला जाई. गावातील लग्नकार्य, जत्रा, उत्सव यासारख्या महत्त्वाच्या कार्यक्रमात गुरुजींना महत्त्वाचा मान असे. १९७०-७५पर्यंत शाळांमध्ये फरशा नव्हत्या. आठवड्यातील एक दिवस मुलांनी शेण आणायचे आणि मुलींनी शाळा सारवून घ्यायची अशी अनेक शाळांमध्ये प्रथा होती. शाळेचा परिसर स्वच्छ ठेवण्याचे काम सर्व मुले-मुली मिळून करत असत. बहुतेक वेळा एका वर्गाला गणित, दुसऱ्या वर्गाला चित्रकला, तिसऱ्या वर्गाला कविता आणि चौथ्या वर्गाला वाचन असा एकाच खोलीमध्ये चारही वर्गांचा अभ्यास चालत असे. मोठमोठ्याने पाढे म्हणले जात. गुरुजी प्रत्येक विद्यार्थ्याला आणि त्याच्या आई-वडिलांना वैयक्तिक ओळखत असत. कोणाची शेती चांगली आहे, कोणाची घरची परिस्थिती कशी आहे, कोण सरपंचाचा मुलगा आहे, कोणाचे वडील व्यसनी आहेत, कोण कुठे राहतो अशी सर्व माहिती गुरुजींना असे. गुरुजी रस्त्याने चालले तरी शाळेतील मुले तसेच पालकसुद्धा वाट चुकवून चालत असत. गुरुजींना लोकांची अनेक प्रकारची छोटी-मोठी कामे करावी लागत. गुरुजी हे जणू वाडीचा एक अविभाज्य घटक होते.

सर्व मुलांकडे पाटी पेन्सिल, शाईची दौत आणि बोरू असे. बोरूने लिहिल्यामुळे व घोटून घेतल्यामुळे अनेक विद्यार्थ्यांचे अक्षर अतिशय सुंदर आणि वळणदार असे. फळ्याच्या वर तसेच शाळेच्या बाहेर दररोज एक सुविचार लिहिण्याची प्रथा अनेक शाळांमध्ये होती. प्राथमिक शिक्षण संपल्यावर मोठी मुले नंतरच्या काळात गावातील शाळेत जाऊ लागायची. काही विद्यार्थी नातेवाइकांकडे तर जमीन कसणाऱ्या कुळांची मुले जमीन मालकाच्या घरी परीक्षा काळात मुक्कामाला असत.

१८८५मध्ये संपूर्ण भारतात २० कोटी लोकांसाठी सरकार चालवत असलेल्या १४७४ शिक्षण संस्था संपूर्ण देशात होत्या. त्यामध्ये शिकणाऱ्यांची संख्या १ लाख ३१ हजार ५६९ होती. सध्या संपूर्ण भारतात सुमारे १९.३ कोटी एवढे शालेय विद्यार्थी आहेत. एवढ्या सुविधा होऊनही पहिलीमध्ये प्रवेश घेतलेल्या एकूण विद्यार्थ्यांपैकी एक तृतीयांश विद्यार्थी आठवीपर्यंत पोहोचत नाहीत, ही वस्तुस्थिती आहे. हंटर आयोगापुढे १८८२ रोजी महात्मा फुलेंनी सादर केलेल्या निवेदनात 'किमान बारा वर्षे वयापर्यंतच्या मुलांना प्राथमिक शिक्षण सक्तीचे असावे,' असे सुचवले होते. राज्यघटनेनुसार आता १४ वर्षापर्यंत प्राथमिक शिक्षण सक्तीचे केले आहे. १९६०पर्यंत मुलींना शाळेत पाठवायला आई वडील इच्छुक नसत. गावातील रिकामटेकडे व टगे लोक मुलींना जाता येता त्रास देत असत. त्या काळात शाळेत अंकलिपी, बाराखडी, कविता व अक्षर ओळख हे मुख्यतः शिकवले जात असे. गावातील मुले शाळेमध्ये गेल्यावर काही काळ एकत्र खेळत आणि एकत्र शिकत असत.

१९७०-७५पर्यंत शाळांमध्ये फरशा नव्हत्या. आठवड्यातील एक दिवस मुलांनी शेण आणायचे आणि मुलींनी शाळा सारवून घ्यायची अशी अनेक शाळांमध्ये प्रथा होती. शाळेचा परिसर स्वच्छ ठेवण्याचे काम सर्व मुले-मुली मिळून करत असत. बहुतेक वेळा एका वर्गाला गणित, दुसऱ्या वर्गाला चित्रकला, तिसऱ्या वर्गाला कविता आणि चौथ्या वर्गाला वाचन असा एकाच खोलीमध्ये चारही वर्गांचा अभ्यास चालत असे. मोठमोठ्याने पाढे म्हणले जात. गुरुजी प्रत्येक विद्यार्थ्याला आणि त्याच्या आई-वडिलांना वैयक्तिक ओळखत असत.

आता १०० वर्षांनंतर मागे वळून पाहिले असता अशा शाळा असतील यावर बहुसंख्य लोकांचा विश्वास बसत नाही. परंतु आजही दुर्गम व आदिवासी भागात शाळांची कमी अधिक प्रमाणात अशीच अवस्था आहे. शाळा हा ग्रामीण जीवनाचा महत्त्वाचा घटक आहे. गेल्या दहा दशकांमध्ये महाराष्ट्राचे ग्रामीण जीवन बदलण्यामध्ये 'शाळा' या संस्थेने सर्वांत जास्त प्रभाव टाकला, हे मात्र निर्विवादपणे म्हणता येईल.

❖❖❖

१९.

शालेय अभ्यासक्रमातील बदल

दर वीस वर्षांनी एक पिढी बदलते, असे पूर्वी म्हणायचे. परंतु आता मात्र संगणकातल्या विंडोज ९, १०, ११, १२, ॲपल ८, ९, १० या श्रेणींनुसार पिढी बदलते की काय, असा प्रश्न पडतो. विंडोज ९ आले तेव्हा शाळेत असलेला मुलगा आणि विंडोज १० आले तेव्हा त्याची शाळेत जाणारी धाकटी बहीण यांच्यामध्ये जणू एका पिढीचे अंतर पडल्यासारखे ते एकमेकांशी बोलत असतात. शालेय अभ्यासक्रमामध्येसुद्धा गेल्या शंभर वर्षांत प्रचंड बदल झालेला आहे. प्राचीन भारतात गुरुघरी राहून विद्यार्थी प्राथमिक धडे गिरवत असत. त्यावेळी कृषी, वाणिज्य, वेद आणि धार्मिक चालीरीती यावर आधारलेला अभ्यासक्रम होता. शिक्षण प्रामुख्याने तोंडी असे. भूर्जपत्रावर किंवा ताडपत्रावरील हस्तलिखित आणि त्या आधारे शिकवलेले तोंडी ज्ञान पिढ्यान्‌पिढ्या हस्तांतरित होत राही.

स्वीस शिक्षणतज्ज्ञ जॉन पिस्टालोझी (१७४६-१८२७) याने डोके, हृदय आणि हात यांचा वापर करून औपचारिक शिक्षणक्रमाची सुरुवात केली. तेव्हापासूनच युरोपमध्ये पाठ्यपुस्तके निर्माण झाली. याच काळात भाषा, भूगोल, शास्त्र या विषयामध्ये नवे-नवे शोध लागत होते. १९२०च्या आसपास कंपनी सरकारने पाश्चात्त्य पद्धतीचे शिक्षण देण्यासाठी पावले उचलली. मुंबईचे गव्हर्नर लॉर्ड माउंटस्टुअर्ट एल्फिन्स्टन याने नेटिव्ह स्कूल अँड स्कूल बुक सोसायटीची स्थापना केली. या संस्थेने देशी भाषांमध्ये क्रमिक पुस्तके प्रकाशित करायला सुरुवात केली. १८२५मध्ये मराठी भाषेत 'लिपीधारा', 'अंकमाला', 'बोधवाचन', 'पंचोपाख्यान', 'विदूरनीती', 'बालगोष्टी' पुस्तके तयार झाली. प्राथमिक शाळांसाठी मराठी, तर वरिष्ठ शाळांसाठी इंग्रजी पुस्तकांची योजना

होती. इंग्लंडचा इतिहास, इजिप्तचा प्राचीन इतिहास, अंकगणित, बीजगणित, त्रिकोणमिती, भूगोल, खगोल या विषयांची पुस्तके ही इंग्लंडमधील पुस्तकांचे भाषांतर करून बनवली जात.

प्रत्यक्षात मात्र मुलामुलींना शाळेत घालण्यापासूनच घराघरांमध्ये प्रश्न सुरू झाले होते. १९४०पर्यंत सर्रासपणे मुलांना शिकवायचे आणि मुलींना घरकामासाठी घरी ठेवायचे अशी शेतकरी कुटुंबामध्ये तरी पद्धत होती. एका गावावरून दुसऱ्या गावाला भटकंती करणाऱ्या भटक्या जातीतील मुलांमध्ये तर शाळेची पुस्तकं घेण्यापासून पैशाचा प्रश्न उभा राहत असे. शाळेत जातो की गुरे राखायला राहतो, असे ठळकपणे दोन पर्याय दिले जात असत. आठवडे बाजारात भाजीपाला विकायला जाणाऱ्या विक्रेत्यांची मुले लवकर हिशेब शिकत. १९७०पर्यंत सर्रासपणे सरकारी कचेरीत गेल्यावर मला सही करता येते हे सरकारी कारकुनाला सांगताना लोकांना अभिमान वाटत असे. त्या वेळी शाळेमध्ये जाताना दोन वह्या, दोन पुस्तकं आणि पाटी एवढ्या गोष्टींची गरज असायची. परंतु गरीब मुलांना पहिली, दुसरीची पुस्तकंसुद्धा नव्याने विकत घेण्याची ऐपत नसायची. गणितामध्ये पावकी, निमकी, व्याकरणामध्ये बाराखडी, जोडाक्षरे शिकेपर्यंत निम्मी मुलं शाळा सोडून जात असत.

सुरुवातीला मराठी क्रमिक पुस्तक तयार करण्याचे काम मेजर कँडी या ब्रिटिश अधिकाऱ्याकडे सोपवण्यात आले. शालेय पुस्तकं किती पानांची असावी, त्यांत कोणते विषय असावेत, वरच्या इयत्तेला गेल्यावर आकलनानुसार हळूहळू अवघड विषय वरच्या इयत्तेला कसा शिकवावा या सर्वांचा विचार करून शालेय पुस्तके लिहिली गेली. १८६३मध्ये भूमापन-गणित, १८७०मध्ये नकाशाशास्त्र, १८८७मध्ये वनस्पतिशास्त्र, १८९६मध्ये स्थलनामकोष ही पुस्तके प्रसिद्ध झाली. त्या वेळी मुंबई राज्यात बोलण्यात येणाऱ्या प्रमुख मराठी, गुजराती, सिंधी आणि कन्नड भाषेत ही पुस्तके होती.

१९२० ते १९४० या काळात खासगी प्रकाशन संस्थांमार्फत स्वतंत्र वाचनमाला व पाठमाला प्रसिद्ध होऊ लागल्या, पुढे-पुढे पुस्तके अतिशय आश्वासित होऊ लागली. जानेवारी १९६०मध्ये महाराष्ट्र पाठ्यपुस्तके मंडळ निर्मिती मंडळाची स्थापना झाली. मंडळाचे अध्यक्ष मधुकरराव चौधरी यांच्या नेतृत्वाखाली बालभारतीने १९६८-६९पासून इयत्ता पहिली, त्यानंतर दुसरी, तिसरी अशी पुढची सातवीपर्यंतची सर्व पुस्तके प्रसिद्ध केली.

सुरुवातीला मराठी क्रमिक पुस्तक तयार करण्याचे काम मेजर कँडी या ब्रिटिश अधिकाऱ्याकडे सोपवण्यात आले. शालेय पुस्तकं किती पानांची असावी, त्यांत कोणते विषय असावेत, वरच्या इयत्तेला गेल्यावर आकलनानुसार हळूहळू अवघड विषय वरच्या इयत्तेला कसा शिकवावा या सर्वांचा विचार करून शालेय पुस्तके लिहिली गेली.

बालभारतीचे १९६६मध्ये मराठी वाचनमाला पहिले प्रसिद्ध झाले. त्यामध्ये धडा पहिला - जय हिंद, धडा दुसरा - नमन, त्यानंतर १९६८पासून बालभारतीची पुस्तके प्रसिद्ध होऊ लागली. एक मुलगा आणि एक मुलगी बालभारतीचे पुस्तक हातात घेऊन ते वाचत आहेत आणि हातातल्या पुस्तकावर तोच मुलगा व मुलगी पुन्हा पुस्तक वाचताना दिसतात, असे अद्‌भुत चित्र प्रसिद्ध चित्रकार 'दीनानाथ दलाल' यांनी काढले. त्यानंतर हेच चित्र बालभारतीचे ओळख बनले. मराठीतील अनेक प्रसिद्ध साहित्यिक लेखक, कवी यांचा बालभारतीमध्ये राबता असायचा. काही उनाड मुले शिकता-शिकता पेनाने किंवा पेन्सिलने लेखक, कवी, कवयित्री यांना पुस्तकावर गिरवून दाढी-मिश्या काढत. त्या निमित्ताने का होईना हे चेहरे त्यांच्या लक्षात राहत असत. एरवी गोड अभंग लतादीदींच्या आवाजात कानावर पडला तर कविता गोड वाटायची, परंतु तीच कविता 'पैल तोगे काऊ कोकताहे' अशी धड्यामधून अभ्यासाला आली की भीती वाटायची.

आता मागे वळून बघताना तुम्हाला शाळेमध्ये वसंत बापट यांची 'सदैव सैनिका पुढेच जायचे', केशवसुतांची 'तुतारी', बालकवींची 'श्रावणमासी' ही कविता होती का, यावरून बालभारतीच्या कोणत्या पिढीतले हे लोक आहेत हे समजते आणि महाराष्ट्रातील हजारो शाळांमध्ये होत असलेल्या माजी विद्यार्थ्यांच्या मेळाव्यामध्ये जुन्या धड्यांची, कवितांची आणि त्या शिकवलेल्या गुरुजनांची आठवण झाल्याशिवाय राहत नाही. आपल्या सर्वांना घडवण्यामध्ये या शालेय अभ्यासक्रमाने केवढा परिणाम घडवला!

❖❖❖

२०.

पूर्वीचे आणि सध्याचे शिक्षण

शंभर वर्षांपूर्वी महाविद्यालयात शिकायला जाणारा आणि सध्याचा विद्यार्थी यांमध्ये फार फरक आहे. त्यावेळी एक किंवा दोन विद्यार्थी तालुका, जिल्हा पातळीवर किंवा मुंबई, पुणे, अलाहाबाद या ठिकाणी शिकायला जात असत. बहुतेक वेळा शिकायला जाताना शुल्क भरायची तरतूद, जाण्या-येण्याचा खर्च आणि थोडा जेवणाचा खर्च अशी तयारी करून विद्यार्थी महाविद्यालयात जात. गरीब मुले जेमतेम दोन किंवा तीन ड्रेस बरोबर आणत. बहुसंख्य विद्यार्थी १९५०पर्यंत धोतर घातलेले, त्यानंतर पायजमा घातलेले व १९८०नंतर पँट-शर्ट घालणारे असत. अतिशय जुन्या व ऐतिहासिक महाविद्यालयांमध्ये वसतिगृहाची सोय असे. कोणाच्या ओळखीने किंवा नातेवाइकांकडे काही दिवस राहण्याची सोय याची खात्री करून विद्यार्थी शिकायला जात. महाविद्यालयाचे शुल्क भरायला पैसे साठवल्यावर त्यातले काही पैसे एसटीसाठी प्रवासाला खर्च होतील म्हणून १९५६मध्ये चांदवड ते नाशिक असा ५० कि.मी.चा प्रवास पायी चालत नाशिकच्या महाविद्यालयात प्रवेश घेतल्याचे एक उदाहरण मला माहिती आहे.

वसतिगृहाचे शुल्क भरण्याची ऐपत असणारे पालक तुलनेने आर्थिकदृष्ट्या बरे असत. वसतिगृहातील खोल्यांमध्येसुद्धा एक टेबल, एक लाकडी खुर्ची, एक दिवा व पुस्तके ठेवण्यासाठी भिंतीत बसवलेले एक कपाट, कॉट एवढी सामग्री असे. वसतिगृहापासून काही अंतर चालत जाऊन बादली, तांब्या, साबण घेऊन अंघोळ करण्याची व्यवस्था फर्ग्युसन महाविद्यालयात १९९०पर्यंत होती. वाडी-वस्ती वरून जाणाऱ्या मुलांच्या बाबतीत जणू तो काही परदेशी शिकायला चालला आहे आणि तो आता कित्येक वर्षे भेटणार नाही अशी भावना आई-वडिलांच्या मनात असे. १९७०-

८०पर्यंत मुलांच्या प्रवेशासाठी पालक अगोदर हेलपाटे मारत असत. दहावीला चांगले गुण असूनसुद्धा आर्थिक परिस्थितीमुळे आई-वडिलांनी दहावी झाल्यावर शेतातील कामे करण्यासाठी, गुरे सांभाळण्यासाठी, लहान भावंडे सांभाळण्यासाठी विद्यार्थ्याला घरी ठेवल्यावर शिक्षक पहिल्यांदा अस्वस्थ होत असत. त्या मुलाच्या भवितव्याचे नुकसान करू नका व त्यांना पुढे शिकवण्याची गळ पालकांना घालीत. कित्येक शिक्षक स्वतःच्या पगारातून शुल्क देण्याची तयारी दाखवत असत.

प्रत्यक्षात महाविद्यालयात प्रवेश घेतानासुद्धा शेतातून गावापर्यंत पायी प्रवास, नंतर एसटी, रेल्वे प्रवास, अंधाऱ्या रात्री किंवा पावसामध्ये महाविद्यालयापर्यंत केलेली पायपीट हे महाविद्यालयात शिकणाऱ्या पहिल्या पिढीच्या वाट्याला आले.

जुनी अकरावी पास झाल्यावर पहिल्यांदा महाविद्यालयात जाताना पँट-शर्ट घालण्याची वेळ यायची. तोपर्यंत अनेक मुले हाफ विजारी किंवा पायजमा शर्ट घालत असत. परगावी शिकणाऱ्या मुलींची संख्या फार कमी होती. काही शिक्षकसुद्धा हुशार विद्यार्थ्यांना वाड्यात राहायला जागा देत असत. जमीन कसणाऱ्या कुळांची मुले सर्रास अकरावीच्या परीक्षेला मालकांच्या घरी उतरत. राहण्याचे ठिकाण आणि महाविद्यालय लांब असेल तर त्या काळी १०-१५ रुपयांत मिळणारी सायकल विद्यार्थी वापरत. जवळच्या गावांमधून एसटीने डबे येत असत. त्या काळी दररोज मुलांना वेगवेगळ्या भाज्या देण्याची कल्पकता व उपलब्धतासुद्धा नसायची. चटणी व बटाट्याची भाजी बहुसंख्य मुलांच्या डब्यामधे यायची.

नव्वदच्या दशकापर्यंत शिकायला येणाऱ्या बहुसंख्य विद्यार्थ्यांची परिस्थिती सारखी व बेताची असे. आताएवढी विषमता त्या काळी नव्हती. वसतिगृहाचे रेक्टर अतिशय कडक असत. वसतिगृहात राहणारी मुले सर्वांना वैयक्तिकरीत्या ओळखत असत. हळूहळू एकाच भागातील विद्यार्थी अधिक जवळीक झाल्यामुळे ग्रुपने ओळखले जात. त्यांचे सुट्टीमध्ये एकमेकांच्या घरी जाणे येणे असे. कोणत्या विषयाचे शिक्षण घ्यायचे हेसुद्धा शिक्षकांमुळे, शिकलेल्या नातेवाइकांमुळे व मोठ्या लोकांच्या मार्गदर्शनामुळे ठरत असे. संपूर्ण राज्यात नागपूर, अमरावती, मुंबई, पुणे, सोलापूर या काही निवडक ठिकाणी प्रसिद्ध महाविद्यालये असल्यामुळे पाच-सहा जिल्ह्यांतून विद्यार्थी तेथे प्रवेश घेत. फर्ग्युसन, डेक्कन किंवा टाटा इन्स्टिट्यूटसारख्या ऐतिहासिक महाविद्यालयांत नेपाळ, भूतान, केनिया, इजिप्त, थायलंड अशा देशांतून आणि भारतातील अन्य राज्यांतून विद्यार्थी येत. वसतिगृहाच्या कॉमन रूममध्ये, वर्तमान पत्रे, कॅरम आणि टेबल टेनिस यांसारखे जुजबी साहित्य असायचे. निवडक वृत्तपत्रे आणि आकाशवाणी हे माहितीचे मुख्य स्रोत होते. वसतिगृहातून गावी असलेल्या आई-वडिलांना पोस्टकार्ड पाठवले जाई. शुल्क भरण्यासाठीसुद्धा मनीऑर्डरने पैसे मागवावे

प्रत्यक्षात महाविद्यालयात प्रवेश घेतानासुद्धा शेतातून गावापर्यंत पायी प्रवास, नंतर एसटी, रेल्वे प्रवास, अंधाऱ्या रात्री किंवा पावसामध्ये महाविद्यालयापर्यंत केलेली पायपीट हे महाविद्यालयात शिकणाऱ्या पहिल्या पिढीच्या वाट्याला आले.

लागत असत. वसतिगृहातील मुलांकडून निकडीच्या वेळी दोन रुपये, पाच रुपये उसने घेऊन त्याची नोंद छोट्या डायरीमध्ये होत असे.

महाविद्यालयीन जीवन खडतर असले तरी एकमेकांच्या मदतीने विद्यार्थी शिकत असत. पूर्वी जुनी दहावी आणि पदवीधर झालेल्या विद्यार्थ्यांना आपोआप नोकऱ्या मिळत असत. संधी मिळेल तेव्हा विद्यार्थी पैसे वाचवून सिनेमा पाहण्याचा आनंद लुटत असत. वसतिगृहात कोणाचेही पालक भेटायला आले की त्यांनी आणलेला खाऊ अर्ध्या तासात ग्रुपमधले विद्यार्थी फस्त करीत. सहजीवनाची खरी सुरुवात वसतिगृहात महाविद्यालयीन काळात होत असे आणि महाविद्यालयात शिकणारे विद्यार्थी एकमेकांचे आयुष्यभर जिगरी मित्र बनत. शेवटच्या वर्षी मात्र आपल्या भवितव्याच्या बाबतीत चिंतीत असत. पोटासाठी कोणत्याही ठिकाणी नोकरी मिळाली तरी त्यांची जाण्याची तयारी असे.

आतासारखे महाविद्यालयात प्रवेश घेताना स्वागत, कॅम्पसची ओळख, अद्ययावत वसतिगृह, स्वीमिंग पूल, कॅफेटेरिया, कंझ्युमर शॉपी, वाय-फाय, ट्रॉलिबॅग, मोबाईल, स्कूटर, मोटारसायकल, स्पोर्ट्स शूज, जर्सी इत्यादी अनेक गोष्टींचा काही दशकांपूर्वी गंधही नव्हता यावर आता कोण विश्वास ठेवणार?

❖❖❖

२१.

मास्तरांचा मार

पूर्वीच्या पिढ्यांचे शिक्षण या विषयाचा आढावा घ्यावयाचे ठरविले तर सगळ्यात अगोदर डोळ्यासमोर येते ती मास्तरांनी दिलेली शिक्षा. अंदाजे १९८०पर्यंत पूर्वीच्या सर्व पिढ्यांनी शाळेमध्ये गुरुजींचा कधी ना कधी प्रसाद घेतला आहे. आजही कित्येक लोकांना शाळेत काय शिकवले ते आठवत नाही पण शाळेत खाल्लेला मार मात्र आठवतो. जगाच्या शिक्षणपद्धतीमध्ये इंग्लंडचा प्रभाव पहिल्यापासून राहिला आहे. 'इन लोको पॅरेंटीस' नावाच्या कॉमन लॉ कायद्यानुसार इंग्लिश बोलणाऱ्या सगळ्या जगामध्ये आई-वडिलांना असणारे सर्व अधिकार शिक्षकांना आहेत असे मानले गेले. असेच तत्त्व चिनी भाषा बोलणाऱ्या देशांमध्येही होते.

अनेक शिक्षकांची शिक्षा देण्याची पद्धत पण वेगवेगळी असायची. एखादे शिक्षक जेवढ्या चुका तेवढ्या वेळा तळहातावर छडीने मारायचे. वर्गात मारामारी करणाऱ्या दोन्ही मुलांना कधी कधी एकमेकांच्या गालात मारायची संधी मिळायची. शाळेत पी.टी.च्या शिक्षकाला विद्यार्थी सर्वांत जास्त घाबरायचे. मोठ्या छडीने किंवा काठीने पाठीवर किंवा पिंढरीवर मारायचा छंद अनेक शिक्षकांना असायचा. बाकड्यावर डोके वाकवून एक चापट पाठीवर व एक डोक्यावर तबल्यासारखे रपारपा मारणारे पण मास्तर होते. शिक्षिकासुद्धा यामध्ये मागे नसायच्या. मस्ती करणाऱ्या मुलांना डस्टर फेकून मारणे किंवा लक्ष नसणाऱ्या मुलाला खडू फेकून मारणे हे आमच्या वर्गातील एका शिक्षिकेला फार आवडत असे. जास्त मार दिला तर त्याच रात्री गुरुजींची छडी गायब करण्याचे कसब काही मुलांकडे होते. टेबलवर हात ठेवायला लावून डस्टरने हाताच्या पंजावर मारले जायचे. हुशारी करून हात काढून घेतला तर डबल मार बसायचा.

कंबरेला किंवा पोटाजवळ दोन्ही बोटे दुमडून चिमटा घेताना काही मास्तरांना फार आनंद होत असे.

बहुसंख्य मुले वर्गात झालेली शिक्षा घरी सांगत नसत. स्वत:च्याच तोंडाने शिक्षा झाली सांगायला त्यांना कसे तरी वाटत असे. नंतरच्या काळात मार खाणाऱ्या विद्यार्थ्यांमध्ये कोडगेपणा निर्माण होऊ लागला. प्रत्येक वर्गात दोन-तीन विद्यार्थी असे असत ज्यांच्या बाबतीत एक वेळेस शिक्षकांचे हात दुखतील, परंतु मुलांवर काही परिणाम होत नव्हता. काही मुले मास्तरच्या सायकलीची हवा घालवून शिक्षेचा बदला घेत असत. मराठीतील अनेक साहित्यिकांनी मार खाल्ल्याची आठवण लिहिली आहे. प्रसिद्ध लेखक व इतिहासकार सेतू माधवराव पगडी यांनी त्यांच्या आत्मचरित्रात लिहिलेला हा परिच्छेद पाहा.

"असा हा मास्तर, आम्ही कोडंगल सोडून गेल्यावर त्याचा आणि आमचा संबंध सुटला, तो पुढे कुठे कुठे भटकला कोण जाणे! इ.स. १९२४मध्ये वडील परांड्यास (उस्मानाबाद जिल्हा) होते. माझा धाकटा भाऊ गुरुमध्व याला वडिलांनी माझ्या आईचे मावसभाऊ धारूरचे देशपांडे यांच्याकडे शिक्षणासाठी म्हणून काही दिवस ठेवले. धारूरला देशपांड्यांकडे हाच विनायकराव मास्तर खासगी शिक्षक म्हणून लागला होता. माझ्या बंधूंना त्यानेच शिक्षण दिले. पण त्यापायी त्यांचे विलक्षण हाल केले. बाराखड्या काढायला शिकविताना तो बंधूंना विस्तवाचा चटका देई, तर कधी शेंडी उपटी, तर कधी विहिरीच्या तोंडाशी नेऊन त्यांना आत ढकलू पाही. माझा भाऊ घरी आला तेव्हा अगदी मरू पडलेला दिसला. तो साध्या साध्या गोष्टीने भेदरल्यासारखा होई. मी त्याला बाराखड्या काढण्यास सांगितले की तो म्हणे, विस्तवाचा 'ग' काढू , का विहिरीत ढकलण्याचा 'म' काढू, का खोड्यात अडकल्याचा 'क' काढू? मला त्याचे बोलणे समजेना, मग त्याने मला सांगितले, 'ग' शिकविताना विनायकराव मास्तरने येथे डागण्या दिल्या, 'म' शिकविताना मला विहिरीत ढकलण्यासाठी घेऊन गेला, 'क' शिकविताना त्याने मला खोड्यात अडकवून ठेवले, तेव्हा मला त्याच्या बोलण्याचा उलगडा झाला.

विनायकराव हा पन्नास-पंचावन्न वर्षांचा होता. त्याचा चेहरा उग्र होता. त्याने झुबकेदार मिश्या आणि कल्ले राखले होते. त्याच्या इतका मारहाण करणारा शिक्षक मी आयुष्यात पाहिला नाही. लहानसहान गोष्टींवरून तो आम्हा मुलांना बेदम झोडपून काढी. त्याने आमचे इंग्रजी चांगले करून दिले. पण गणिताकडे अगदी दुर्लक्ष केले. विनायकरावाच्या मारहाणीची आम्ही विलक्षण धास्ती घेतली होती. रात्री झोपेतसुद्धा आम्ही दचकून जागे होत असू. बरे, या सर्व गोष्टी वडिलांपाशी सांगण्याची सोय नव्हती. जितका मार जास्त बसेल तितकी विद्या चांगली येईल अशी त्यांची समजूत होती! पण आई मात्र या दु:खाने कळवळून जाई."

बहुसंख्य मुले वर्गात झालेली शिक्षा घरी सांगत नसत. स्वत:च्याच तोंडाने शिक्षा झाली सांगायला त्यांना कसे तरी वाटत असे. नंतरच्या काळात मार खाणाऱ्या विद्यार्थ्यांमध्ये कोडगेपणा निर्माण होऊ लागला. प्रत्येक वर्गात दोन-तीन विद्यार्थी असे असत ज्यांच्या बाबतीत एक वेळेस शिक्षकांचे हात दुखतील, परंतु मुलांवर काही परिणाम होत नव्हता. काही मुले मास्तरच्या सायकलीची हवा घालवून शिक्षेचा बदला घेत असत. मराठीतील अनेक साहित्यिकांनी मार खाल्ल्याची आठवण लिहिली आहे.

इजिप्त, चीन, ग्रीस, रोम येथे शैक्षणिक शिस्तीसाठी व न्यायासाठी मुलांना शिक्षा देणे विधिसंमत होते. १८६०मध्ये इंग्लंडमध्ये शिक्षकांनी मारल्यामुळे रेनिगाल्ड नावाचा मुलगा मरण पावला. १९८९मध्ये बालकांच्या हक्कांचे रक्षण करणारा आंतरराष्ट्रीय करार झाला. २०२१अखेर जगातील ६३ देशांनी लहान मुलांना शिक्षा देण्यास बंदी घातली आहे. भारतात शाळा प्रशासन व शिक्षकांनी विद्यार्थ्यांना शिक्षा करण्यास बंदी आहे. शालेय जीवनात भूमिती, त्रिमिती, हायपरबोला, पॅराबोला, रेषीय समीकरणे, घातांक, वर्गमूळ हे कशासाठी शिकलो हे कधीही कळले नाही. बदलत्या ग्रामीण महाराष्ट्राचा आढावा घेताना शाळा, शिक्षक व मास्तरांचा खाल्लेला मार याची एकाच वेळी आठवण झाल्याशिवाय मात्र राहत नाही. कदाचित पुढे समाजात वावरताना हा मारच उपयोगी आला असे वाटून गेल्याशिवाय राहत नाही.

❖❖❖

२२.

पाटी-पेन्सिल अन् दप्तर

आपल्या दैनंदिन जीवनातील कित्येक गोष्टींमध्ये गेल्या १०० वर्षांत बराच बदल झाला आहे. शाळेतले दप्तरसुद्धा त्याला अपवाद नाही. मे महिन्याची सुट्टी संपली की मुलांना शाळेचे नव्या वर्गाचे, शिक्षकांचे आणि पुस्तकांचे वेध लागायचे. शेतकरी व शेतमजुरांची मुले महिनाभर आधीच नव्याने दप्तर आणि वह्या पुस्तके आणायचा तगादा आईवडिलांकडे लावत असत. आताच्या सारखी रंगीबेरंगी, आकर्षक दप्तरे एकोणिसाव्या शतकाच्या सुरुवातीला नव्हती. नेहमीच्याच कापडी पिशवीत सर्व साहित्य एकत्र टाकले जाई. दुसरी आणि तिसरीपर्यंत फक्त पाटी, पेन्सिल व बसायचे बस्तर एवढेच दप्तरामध्ये असायचे. थोडे वरच्या वर्गात गेल्यावर पूर्ण वेळ शाळा भरायची. त्यामुळे जेवणाचा डबा दप्तरामध्ये आला. १९७५-८०पर्यंत डबा हा मुख्यतः स्टीलचाच असायचा. चपाती, भाकरीचा मलिदा, चटणी, लोणचे, दुमडलेली भाकरी, हे बहुसंख्य मुलांच्या डब्यामध्ये असायचे. आतासारखे डब्यात दररोज वेगवेगळे खाऊ किंवा पदार्थ देण्याएवढा वेळ व साधने आईला उपलब्ध होत नव्हती. मला डब्यात हे देऊ नको, इतर मुले चिडवतात ही गोष्ट नक्की कधी सुरू झाली हे सांगता येत नाही. आता मुले आईला एक दिवस अगोदर मेन्यू सांगतात. ही गोष्ट अलीकडे १९९०पर्यंत अस्तित्वात नव्हती.

१९७०पर्यंत आठवड्यातून एक दिवस फडक्यात गुंडाळलेले शेणसुद्धा दप्तराबरोबर आणावे लागायचे. मास्तर वर्गातल्या ५ ते ६ मुलांना शेण आणायला सांगत आणि काही मुली वर्ग सारवायचे काम करत. शेण घेऊन गेले तरी शेण नेण्याबद्दल आई-वडिलांचा आक्षेप नसायचा. पण फडके किंवा पिशवी मात्र धुऊन आण, अशा सक्त सूचना

मास्तरांचा मार खाल्ल्यानंतर किंवा लस घेतल्यानंतर रडणारी काही मुले असत आणि त्याला चिडवणारी असंख्य मुले असत. त्या वेळी रडणारा मुलगा कोणाला फारसा आवडायचा नाही. कदाचित हेच त्यांच्या जीवनाचे सार म्हणून मागच्या काही पिढ्यांमध्ये निर्माण झाले असावे. कितीही संकट आली तरी त्याला सामोरे जाण्याचे बाळकडू मागच्या पिढ्या यामधूनच शिकल्या असाव्यात असे वाटत राहते.

असायच्या. वर्ग सारवून वाळेपर्यंत मुले मैदानावर खेळत असत. प्रत्येक मुला- मुलीकडे एक पाटी, एक पेन्सिल असायची. बहुतेक मुलांच्या खाकी पँटवर पेन्सिलच्या रेघोट्या दिसायच्या. एकाच वेळी २-३ पेन्सिल असणारा मुलगा हा फार श्रीमंत घरचा आहे हे लक्षात यायचे. मुलींच्या दप्तरात हमखास फणी, बोरं, चिंचा आढळायच्या. अनेक कप्प्यांचे खाकी दप्तर पाचवी-सहावीच्या पुढे वाट्याला यायचे. नदीतून पोहून जाताना दोन्ही हातांनी दप्तर डोक्यावर ठेवून ओढे किंवा नदी ओलांडायची कसरत चालायची. त्या वेळी आणि आजही जर कोणत्या गोष्टीत साम्य दिसत असेल, तर ते म्हणजे घरी आल्या आल्या मुले दप्तर अक्षरशः फेकून देत आणि मुली मात्र हळुवारपणे ठरावीक नेमून दिलेल्या जागेवर दप्तर ठेवत. मोठ्या दादाला किंवा ताईला पाचवीनंतर स्वतंत्र कपाट मिळायचे आणि कधी एकदा आपण मोठे होतो आणि आपल्याला स्वतंत्रपणे कपाटामध्ये दप्तर लावायला मिळेल यासाठी चढाओढ चालायची. ज्यांची आई थोडी शिकलेली आहे व तिच्याकडे थोडी कलाकुसर असेल तर ती दप्तराची पिशवी हाताने विणून द्यायची व त्याच्यावर त्या मुलाचे नाव लिहायची.

शालेय पुस्तके घेता घेताच आईवडिलांच्या नाकीनऊ यायचे. त्यामुळे अवांतर वाचनासाठी एकही पुस्तक विद्यार्थ्यांकडे नसायचे. वर्गातच आठवड्यातून एकदा शाळेच्या ग्रंथालयातून मुलांना वाचण्यासाठी वर्गात पुस्तके देण्याची पद्धत होती. कित्येक शिक्षक मुलांना गोडी लावण्यासाठी चांगल्या पुस्तकातील परिच्छेद मोठमोठ्याने वाचायला सांगत. दुसरीनंतर कागदावर बोरूने लिहायला सुरुवात व्हायची. तिसरीपर्यंत फक्त पाटी-पेन्सिल होती. पाचवीनंतर दप्तरामध्ये पेन आणि कंपास आले. बोरूसाठीची बांबूची काडी विकत मिळायची. बोरू बुडवण्याची शाई ही पावडरच्या स्वरूपात १०-२० पैशांना मिळायची. दौतीमध्ये पाणी टाकून ही शाई बनवावी लागायची. एकदा बोरू बुडवून लिहायला घेतला की दोन-तीन अक्षरे घट्ट शाईमध्ये यायची आणि हळूहळू अक्षरे फिकट होत जायचे. त्यामुळे वहीमधल्या ओळी ह्या गडद आणि फिक्कट अशा अक्षरांनी सजलेल्या दिसायच्या. अनेक महिने बोरूने घोटून अक्षर काढल्यामुळे

बहुसंख्य मुलांचे अक्षर चांगले असायचे. चांगले अक्षर असलेल्या मुलांना शिक्षक फळ्यावर सुविचार लिहायला सांगत.

जशी मुलांना वस्तूची कमतरता असायची तशीच शाळेमध्येसुद्धा साहित्याची कमतरता असायची. कधीतरी मुख्याध्यापक किंवा वरिष्ठ शिक्षक आले, की रंगीत खडूने फक्त फळा सजायचा. त्या रंगीत खडूचा पडलेला तुकडा घेण्यासाठी मुले एकमेकाला ढकलाढकली करायची. ७००-८०० मुलांच्या शाळेमध्ये एकाच कपाटात खेळण्याचे साहित्य भरलेले असायचे. बहुतेक खेळसुद्धा साधनांचा वापर न करता खेळले जात. उदाहरणार्थ, कबड्डी, हुतुतु, शिवणपाणी. विशेष प्रसंगी व्हॉलीबॉल किंवा फुटबॉल बघायला मिळायचा. तोसुद्धा हवा गेल्यावर कपाटात जाऊन बसायचा. वर्षातून एकदा देवीची लस टोचण्याचा कार्यक्रम व्हायचा. मास्तरांचा मार खाल्ल्यानंतर किंवा लस घेतल्यानंतर रडणारी काही मुले असत आणि त्याला चिडवणारी असंख्य मुले असत. त्या वेळी रडणारा मुलगा कोणाला फारसा आवडायचा नाही. कदाचित हेच त्यांच्या जीवनाचे सार म्हणून मागच्या काही पिढ्यांमध्ये निर्माण झाले असावे. कितीही संकट आली तरी त्याला सामोरे जाण्याचे बाळकडू मागच्या पिढ्या यामधूनच शिकल्या असाव्यात असे वाटत राहते.

आताची रंगीबेरंगी आधुनिक दप्तरे, कंपासपेटी, नॅपकीन, पेन्सिल बॉक्स, क्रेयॉन्स, हायलायटर पेन, ओळखपत्र, शूज, टिफीन, युनिफॉर्म, पिनाफॉक, टाय, पुस्तके आदी पाहिले की आपण काही वर्षे अगोदर जन्माला आलो याची खंत वाटल्याशिवाय राहत नाही.

❖❖❖

२३.
महाराष्ट्रातील ग्रामीण खेळ

महाराष्ट्रातील ग्रामीण खेळसुद्धा गेल्या शंभर वर्षांमध्ये आमूलाग्र बदलले आहेत. वाड्या-वस्त्यांवर एकेकाळी मोकळ्या जागेत, सणासुदीत, सुट्टीच्या दिवशी किंवा रविवारी शेतीच्या कामातून थोडा वेळ मिळाला की हमखास संध्याकाळच्या वेळी आट्यापाट्यांचा डाव जमत असे. एका संघातील खेळाडू दुसऱ्या संघातील खेळाडूंना ठरावीक जागेमध्ये म्हणजे पाटीमध्ये अडवून ठेवत आणि अडवलेले खेळाडू समोरच्याला हुलकावणी देऊन निसटून खालच्या पाटीमध्ये जात असत. अशा पद्धतीने सर्व पाट्या ओलांडून जाणाऱ्या खेळास आट्यापाट्या असे नाव होते. प्राचीन काळापासून हा खेळ प्रचलित आहे. संत तुकारामांच्या अभंगातील वर्णनावरून त्या वेळीदेखील आट्यापाट्या खेळल्या जात होत्या. प्रत्येक पाटी, सुरपाटी व चांभार पाटी असे एकूण आठ पंच व सरपंच मिळून ९ खेळाडू असतात.

लहानपणी मुलांमध्ये ईस्टॉप पलटी, रप्पारप्पी असेदेखील खेळ होते. ईस्टॉप पलटीमध्ये फक्त लपून बसायचे आणि लपून बसलेला खेळाडू समोर दिसला, की त्याचे नाव घेऊन तो ईस्टॉप असे म्हणायचे. मग लपलेला खेळाडू बाहेर यायचा. या खेळामध्ये एक प्रकारची हुशारी लागायची व सतत आजूबाजूला हालचालीचा वेध घेण्याची पद्धतसुद्धा. गंजिफा हा पत्त्यांचा एक भारतीय प्राचीन खेळ आहे. महाराष्ट्रात विशेषत: कोकणात खेळला जात होता. घराच्या अंगणात कमी जागेमध्ये आंधळी-कोशिंबीर नावाचा खेळ कित्येक पिढ्या खेळला जात आहे. एका खेळाडूचे डोळे बांधून व त्याला पहिल्यांदा गोल गोल गरागरा फिरवून हा खेळ खेळतात.

याच खेळाचे अनेक उपप्रकारसुद्धा निर्माण झाले. लंगडी हादेखील असाच कमी जागेत खेळण्याचा प्रकार आहे. लंगडी, आंधळी-कोशिंबीर या प्रकारात डोळे बांधून,

लोकसंख्येचे शहरीकरणावर झालेले आक्रमण पाहता मोठ्या आणि मध्यम शहरांमध्ये अतिशय कमी संख्येने मैदाने उरली आहेत. तालुका पातळीची लोकसंख्या विचारात घेता एकाच तालुका क्रीडांगण मैदानावर एकाच वेळी दोनशे-तीनशे खेळाडू खेळत असलेले चित्र आपल्याला हल्ली पाहायला मिळते.

पण लंगडीने दुसऱ्या खेळाडूला पकडावे लागते. वेगवेगळ्या नावांनी हाच खेळ अन्य पाश्चात्य देशांमध्येसुद्धा खेळला जातो. कधीतरी मोठी माणसंसुद्धा गंमत म्हणून हा खेळ खेळतात. गोट्या हासुद्धा अतिशय जुना खेळ आहे. गोट्या पूर्वी दगडाच्या गोल आकाराच्या असत. मातीच्या गोट्या तयार करून खेळायची पद्धत होती. गोट्यांना पूर्वी 'बैदुल' असा शब्द होता. गोट्यांमध्ये जी सगळ्यात मोठी गोटी आहे, त्याला 'गस्टेल' असे नाव आहे. मुलींमध्ये भातुकली, गजगे, बिट्या, काचापाणी, चंपुल्या या अतिशय लहानपणापासून खेळल्या जात. मुली जणू काही आयुष्याची स्वप्नेच या भातुकलीच्या खेळातून शिकत. लहानपणापासून घरात आई जी वाक्ये बोलते तीच वाक्ये मुली एकमेकांशी बोलत असत व मोठ्यांच्या नकला करत.

शाळेमध्ये 'मामाची टोपी हरवली' हा खेळ अतिशय प्रसिद्ध होता. सगळ्या मुलांना गोलाकार बसून एका मुलाने मामाची टोपी हरवली असे म्हणायचे आणि मुलांच्या पाठीमागून पळत पळत जाताना हळूच एखाद्या गाफील बसलेल्या मुलाच्या किंवा मुलीच्या मागे ती टोपी अलगद ठेवायची व पुढच्या राउंडला ती टोपी घेऊन त्या मुलाला मारायला सुरुवात करायची. एक सर्कल पूर्ण होईपर्यंत तो त्या टोपीने त्याला मारायचा. जुन्या काळी शाळेमध्ये आधुनिक घसरगुंडी किंवा झुला, सिसॉ अशी महागडी खेळणी नसायची. आता शाळा व विशेषत: आंतरराष्ट्रीय शाळांमध्ये अतिशय रंगीबेरंगी खेळणी आली आहे. मुलींमध्ये झिम्मा, फुगडी, कोंबडा, पिंगा, किस बाई किस असे खेळ

अतिशय प्रसिद्ध होते. विटी-दांडूसुद्धा जुन्या काळात अतिशय प्रसिद्ध खेळ होता. काही काही मुले अतिशय जोराने लांब अंतरावर विटी मारायचे. बऱ्याच वेळा ही विटी लागून लोक जखमीसुद्धा झाले आहेत. आता पूर्वी एवढी मोठी मोकळी जागा खेळायला मिळत नाही. शाळेमध्ये रस्सीखेच हासुद्धा सांघिकरीत्या गुरुजींच्या मार्गदर्शनाखाली खेळला जाणारा मैदानी खेळ होता.

बैठ्या खेळांमध्ये कॅरम आणि बुद्धिबळ हे तालुका पातळीवरील किंवा जिल्हा पातळीवरील काही ठरावीक शाळांमध्ये खेळले जाणारे खेळ होते. बुद्धिबळचा स्वतःचा सेट असणारी १९८०-९०पर्यंत अतिशय कमी कुटुंबे होती. वर्गात खेळणाऱ्या खेळामधील फळ्यावर खडूने काढलेल्या गाढवाला शेपटी काढणे, भेंड्या खेळणे, संगीत खुर्ची खेळणे, तळ्यात किंवा मळ्यात असे खेळ खेळले जात. १९८०च्या दशकात टीव्ही आल्यानंतर बहुसंख्य विद्यार्थी मुलांचे बाहेर खेळणे कमी झाले आणि तासन्‌तास मुले टीव्हीला चिकटून बसू लागली. त्यानंतर व्हीसीआर आले आणि ग्रामीण भागातसुद्धा शनिवारी किंवा रविवारी सर्रासपणे कॅसेट आणून चित्रपट बघायची पद्धत आली. आता सर्कल पूर्ण झाले असून ओटीटी आल्यानंतर पूर्णवेळ टीव्हीसुद्धा कोणी पाहत नाही असे चित्र दिसत आहे.

मात्र लोकसंख्येचे शहरीकरणावर झालेले आक्रमण पाहता मोठ्या आणि मध्यम शहरांमध्ये अतिशय कमी संख्येने मैदाने उरली आहेत. तालुका पातळीची लोकसंख्या विचारात घेता एकाच तालुका क्रीडांगण मैदानावर एकाच वेळी दोनशे-तीनशे खेळाडू खेळत असलेले चित्र आपल्याला हल्ली पाहायला मिळते. लहानपणापासून मैदानी खेळ न खेळलेल्या नव्या पिढीमध्ये खिलाडूवृत्तीचा अभाव आहे. असे म्हणणे किती धाडसाचे होईल?

❖❖❖

२४.

निवडणुकींतील गमतीजमती

बदलत्या ग्रामीण महाराष्ट्राचे शब्दचित्रण करायचे ठरवल्यास निवडणुकांचा समावेश केल्याशिवाय ते अपूर्ण ठरेल. भारतातल्या पहिल्या सार्वत्रिक निवडणुका १९५२मध्ये झाल्या. त्या वेळी मुंबई आणि गुजरात राज्य एकत्र होते. पहिल्या निवडणुकीच्या वेळी लोकांमध्ये अतिशय उत्साह होता. अनेक लोक बैलांना झुली घालून, बैलगाड्या रंगवून निवडणुकीला गेल्याचे जुने लोक सांगतात. मतदानाच्या वेळी या निवडणुकीत प्रबळ विरोधक नसल्यामुळे बहुतेक बूथवर राजकीय पक्षाचे प्रतिनिधी मर्यादित संख्येने हजर असत. मतपत्रिका देऊन टेबलावर जाऊन योग्य त्या नावासमोर व चिन्हावर शिक्का मारा असे सांगितले, तरी बरीच माणसे मतपत्रिका तशीच बाजूला ठेवून शिक्का टेबलावर मारत असत. त्या वेळी देशातील १७ कोटी ६० लाख जनतेपैकी ८५ टक्के लोकांना लिहिता वाचता येत नव्हते. देशाच्या पहिल्यावहिल्या निवडणुकीसाठी स्टीलच्या मतपेट्या तयार करण्यासाठी सुमारे १६ हजार ५०० कामगार कंत्राटी पद्धतीने नेमण्यात आले होते. तब्बल ८२०० टन पोलाद वापरून २० लाख मतपेट्या तयार

करण्यात आल्या. पहिल्या निवडणुकीची आणखी एक गंमत म्हणजे उत्तर भारतातील बहुसंख्य महिला स्वतःच्या नावाची नोंद मतदार यादीत करायला तयार नव्हत्या. नाव विचारल्यास या महिला 'मी याची बायको' म्हणून नाव सांगत. या कारणामुळे २८ लाख स्त्रियांची नावे काढून टाकण्यात आली होती. पहिलीच निवडणूक असल्यामुळे उमेदवार निहाय चिन्ह लावून वेगवेगळ्या पेट्या तयार करण्यात आल्या. सर्व मते एकाच पेटीत न टाकता ज्या उमेदवाराला मत द्यायचे त्या पेटीत टाकावे लागत असे. मतदान प्रक्रिया समजून सांगण्यासाठी पहिल्यांदाच एक लघुपट तयार करण्यात आला व देशातल्या ३००० चित्रपटगृहांतून तो दाखवण्यात आला. डोंगराळ भाग, सपाटीचा भाग, दक्षिण भारत अशा वेगवेगळ्या अनेक पट्ट्यांत ही निवडणूक झाली. ही निवडणूक प्रक्रिया सुमारे पाच महिने चालली.

१९५२पासून १९९७पर्यंत भारताने छापील मतपत्रिका वापरून निवडणुका घेतल्या. निवडणुकांमध्ये उमेदवारांचे चिन्ह असणारे प्राणी, पक्षी, वस्तू यांचा प्रचारात वापर करताना अनेक गमतीजमती घडत. मतदारांना पुन्हा पुन्हा आठवण करून देण्यासाठी व कायमचे लक्षात राहण्यासाठी उमेदवार अनेक शक्कल लढवत असत. १९६२च्या सार्वत्रिक निवडणुकीत हत्ती चिन्ह असणाऱ्या एका उमेदवाराने हत्तीवर बसून प्रचार केला होता. याच हत्तीला सोंडेमध्ये मोठा पेपर पकडायला शिकवून जवळच्या बॉक्समध्ये टाकायला शिकवले. हे पाहून लोकांनीसुद्धा आपल्याला असे मत द्यावे असे त्याला भासवायचे होते. वाघ हे चिन्ह मिळालेल्या एका उमेदवाराने वाघ एका पिंजऱ्यामध्ये ठेवून त्या पिंजऱ्याचा वापर प्रचारासाठी केला होता. १९५७च्या निवडणुकीत एका उमेदवाराला कोंबडी हे चिन्ह मिळाले होते. त्यांनी मतदान केंद्रापर्यंत त्या कोंबडीला आणले होते. दुर्दैवाने गिधाडाने त्या कोंबडीवर हल्ला केला. त्यात ती कोंबडी मेली होती. हा उमेदवार कोंबडीचे रक्षण करू शकत नाही तर हा आपले रक्षण काय करणार असा विचार करून लोकांनी त्या उमेदवाराला पाडले होते.

काही वेळेस पक्षाचे धोरण एक असते आणि मिळालेले चिन्ह एकदम त्याच्या विचाराच्या विरुद्ध टोकाचे असते. गरिबांचा पक्ष म्हणवणाऱ्या एका राजकीय पक्षाला 'बंगला' हे श्रीमंतांचे चिन्ह मिळाले होते. तर एका पक्षाला गरिबांचे वाहन असलेले सायकल चिन्ह मिळाल्यावर उमेदवाराच्या आयात केलेल्या महागड्या गाड्यांवर चिकटवावे लागले होते. त्यापूर्वी निवडणूक म्हणजे प्रचंड गदारोळ प्रचार बॅनर, पोस्टर, झेंडे, बॅजेस, वाहनांचा वापर, लाउडस्पीकर वर गाणी, रिक्षा मधून प्रचार, मतदारांची वाहतूक, मोठ्या प्रचार सभा व त्यासाठी अनेक वाहनातून आणलेली माणसे असे चित्र सर्रासपणे दिसत होते.

देशाच्या पहिल्यावहिल्या निवडणुकीसाठी स्टीलच्या मतपेट्या तयार करण्यासाठी सुमारे १६ हजार ५०० कामगार कंत्राटी पद्धतीने नेमण्यात आले होते. तब्बल ८२०० टन पोलाद वापरून २० लाख मतपेट्या तयार करण्यात आल्या.

आदर्श आचारसंहिता येण्याआधी सर्रासपणे ढोल-ताशांच्या गजरात 'ताई माई अक्का, विचार करा पक्का, आईचे मत, बापाचे मत, भावाचे मत अमक्याला,' अशा घोषणा सर्रास ट्रक किंवा ट्रॅक्टरवर लाउडस्पीकर लावून मतदारसंघातील सर्व गावांमध्ये फिरवून प्रचाराचा गदारोळ उडवून दिला जात असे. आता आचारसंहितेचा अंमल अधिक कडक झाल्यावर राजकीय उमेदवारांनीसुद्धा प्रचारात योग्य तो बदल केला आहे. प्रचारातील प्रत्येक गोष्ट व्हिडिओ कॅमेरात चित्रित होऊ लागल्यामुळे व त्या आधारे खर्चाचे गणित मोजले जाऊ लागल्यामुळे प्रचार सभेला हजर राहणाऱ्या लोकांना केवळ पिण्याचे पाणी देऊन सभा होऊ लागली. आचारसंहिता सुरू होण्यापूर्वी महत्त्वाच्या कार्यकर्त्यांचे मानसिक समाधान करण्याची नवी कार्यपद्धती निर्माण झाली. एका निवडणुकीमध्ये हजारो अकाउंटमधून पेटीएमद्वारे २००-३०० रुपये हस्तांतरित केल्याचे उघडकीस आले.

निवडणुकीत एवढी धावपळ असते, की अनेक वेळा फार किस्से घडतात. मंत्री पदावर असलेल्या व उमेदवाराचा असाच एक किस्सा घडला. दररोज पाच-सहा सभांना हजेरी लावताना एकदा शेवटच्या सभेला जाण्यापूर्वी त्यांना खोकला आला व घसा थोडा दुखू लागला. प्रचारसभा स्थळाजवळ आल्यावर रस्त्यात गाडी थांबवून त्यांनी कार्यकर्त्यांना औषधाची बाटली घ्यायला सांगितली. सभेची वेळ संपण्यापूर्वी घाईत जायचे असल्यामुळे कार्यकर्त्यांनी कारमध्ये बसले असतानाच हाताने औषधाची बाटली फोडून दिली. बोलता-बोलता एक घोट औषध घेण्याऐवजी मंत्र्यांनी पूर्ण बाटलीच पिऊन टाकली. सभेच्या जवळ गाडी पोहोचली तेव्हा त्यांना गाढ झोप लागली होती. ग्रामपंचायत निवडणुकीतील तर असे असंख्य किस्से सांगता येतील.

❖❖❖

२५.
लोककलेचे बदलते जग

गेल्या १०० वर्षांमध्ये लोककलेचे जगसुद्धा बदलले आहे. १९९५मध्ये ग्रामीण महाराष्ट्राला इंटरनेटचा स्पर्श झाला आणि सगळे जगच जणू डिजिटल होऊन मोबाईलच्या आवाक्यात आल्यासारखे झाले. जग हे एखादे खेडे झाल्यासारखे जवळचे वाटू लागले आहे. असे असले तरी इंटरनेटच्या जमान्यात सगळ्यात जास्त दुष्परिणाम कशावर झाला असेल तर तो म्हणजे लोकसंस्कृती, लोकसाहित्य, लोककला यांच्यावर! स्वातंत्र्यप्राप्तीपर्यंत लोककलांचा दैनंदिन जगण्यामध्ये अविभाज्य भाग होता. सर्व लोककला या एका पिढीतून दुसऱ्या पिढीला संक्रमित होतात. त्यामुळे परंपरा आणि परिवर्तन या दोघांचा मेळ लोककलेमध्ये आपल्याला पाहायला मिळतो. जसजसा समाज बदलला तसतसा लोककलेमध्ये बदल झालेला आपल्याला पाहायला मिळतो.

महाराष्ट्राच्या ग्रामीण भागामध्ये अगदी इतिहास काळापासून विद्या, कला आणि कारागिरी यांचे दर्शन पावलागणिक होत असे. कारागिरीमध्ये वस्तू, वास्तू, वस्त्र इत्यादी कलापूर्ण पद्धतीने निर्माण करून आनंद मिळविण्याचा माणसाचा प्रयत्न होता. बलुतेदार आणि आलुतेदारसुद्धा कलाक्षेत्रामध्ये मागे नव्हते. राजाश्रय मिळाल्यानंतर घराघरांत व गावागावांत लोककला, कलाकुसर व कारागिरी यामध्ये वाढ होत गेली. सर्कस, कुस्ती, शाहिरी, तमाशा, भेदीक, कीर्तने, महोत्सव, चित्रकला यांना राज्यातील अनेक संस्थानिकांनी मदत केली. संयुक्त महाराष्ट्र चळवळीत शाहीर अमर शेख, अण्णाभाऊ साठे, आत्माराम पाटील या शाहिरांनी पूर्ण महाराष्ट्र पेटवून टाकला होता.

मुंबईची लावणी, माझी मुंबई, अकलेची गोष्ट, लोकमंत्र्याचा दौरा अशा महत्त्वाच्या कलाकृतींद्वारे डफावर थाप मारत आपल्या बुलंद आवाजाने अण्णाभाऊ साठे यांनी महाराष्ट्रात चैतन्य निर्माण केले. 'सुटलाय वादळी वारा' असे म्हणणारे शाहीर अमर शेख यांनी संयुक्त महाराष्ट्र आंदोलनाला मोठी धार दिली. भाऊ नारायणगावकर, विठाबाई, दत्ता शिरोलीकर, रंगनाथ शिंदवेकर, भाऊ टाकळीकर अशा लोकांनी तमाशा कलेत लोकांचे मनोरंजन केले. चेहरा रंगवून, पोटाला चाकू-सुऱ्या लावून फिरणारे, देवाच्या नावाने दक्षिणा मागणारे, तारेवर डोंबाऱ्याचा खेळ खेळणारे कलावंत गावोगावी जाऊन लोकांचे मनोरंजन करत असत. वारली, गोंड, आणि आदिवासी जमातीमध्ये दगडांवर, गुहेमध्ये, घरामध्ये साधी-साधी चित्रे, भूमितीच्या आकाराच्या द्वारे तयार करून वारली कलेचा वारसा जोपासण्यात आला. मराठी लावणीसुद्धा हळूहळू बहरत गेली. स्त्रियांच्या जात्यावरच्या ओव्या, अंगाई गीते, कांडप करताना म्हटली जाणारी कांडप गीते आता फारशी कानावर पडत नाहीत. यात्रा आणि जत्रासारख्या उत्सवांमधील मिरवणुका, नृत्य मात्र परंपरेचा भाग म्हणून टिकून आहे. शहरीकरण फार मोठ्या प्रमाणावर झाल्यामुळे लोककलेचेसुद्धा शहरीकरण होऊ लागले आहे.

ग्रामीण भागातील वैयक्तिक स्वरूपाच्या आविष्कारामधून दिवसभर फिरूनही फारसे पैसे मिळत नाहीत हे लक्षात आल्यावर वैयक्तिक लोककलांना मर्यादा आल्या आहेत. कसरतीचे खेळ करणारे डोंबारी, गारुडी, दरवेशी आता मोठ्या शहरांमधून फिरताना दिसत आहेत. कमी लोकसंख्या असणाऱ्या गावात पूर्ण दिवसभर राबूनही लोकांची क्रयशक्ती कमी असल्यामुळे, लोक फार पैसे या लोककलावंतांना देऊ शकत नाहीत. टिंगरीच्या तालावर गाणं म्हणत गावोगावी फिरणारा टिंगरीवाला आता दिसत नाही. कलापथके आता दिसेनासे झाले. पोतराज, पिंगळ्या, गोंधळी, अभावानेच आढळतात. कोकणातील दशावतार आणि लग्नाचा जागरण गोंधळ यांचे स्वरूप बदलले असले तरी या लोककला आपले महत्त्व टिकवून आहेत. बारसे, डोहाळे जेवण, विवाह व त्या निमित्य होणारे कौटुंबिक कार्यक्रम यांना मार्केटिंगचे वारे लागले आहे. कळसूत्री बाहुल्यांचे खेळ, संगीतबारी, गझलगायन, शास्त्रीयगायन, चित्रकथी, तमाशा, हाजेरी या सगळ्यांना कोरोनाच्या काळात मोठा फटका बसला आहे. चित्र, शिल्प, काष्ठशिल्प, खेळणी व भांडी निर्मिती, दगडी व मातीच्या मूर्ती घडविणे यामध्ये सर्व अत्याधुनिक साधनांचा वापर होत आहे. जुन्या व नव्या प्रतीकांचा

कित्येक शतके अनेक लोककलांचा जातिव्यवस्थेशी व धार्मिक रूढींशी संबंध होता. या सर्व लोककला अधिक मानवतावादी होण्याची तज्ज्ञांना प्रतीक्षा आहे.

समावेश करून या तरुण पिढीला आवडेल अशा पद्धतीने त्यात बदल घडवला जात आहे. पारंपरिक पैठणीसुद्धा आता नवे डिझाइन घेऊन सेमी पैठणी नावाने प्रसिद्ध पावत आहे. संगीत, काव्य, नाट्य, कव्वाली या सर्वच कलांच्या क्षेत्रात बदल घडत आहेत.

ओटीपी प्लॅटफॉर्म (ओपन टेलिकॉम) आल्यापासून १९८०पासून सगळ्यात प्रभावी असलेला टीव्हीसुद्धा मागे पडलेला आहे. शहरी भागात तर आता टीव्हीच्या चॅनेलचा अतिशय मर्यादित वापर होत आहे. सर्व गोष्टींचे मार्केटिंग करण्याच्या या जमान्यामध्ये करमणुकीच्या या बाजारात लोककला टिकाव धरू शकल्या नाहीत. लोककला हा पोट भरण्याचे अनेक लोककलावंतांचे साधन होते. सांगलीच्या शांतिनिकेतनमध्ये असलेल्या लोकरंगभूमी या संस्थेने याच जिल्ह्यातील चार तालुक्यात केलेल्या पाहणीमध्ये पारंपरिक कलांचा वारसा टिकवून ठेवणारी २००० कुटुंबे आढळून आली व त्यामध्ये एकूण १७ लोककला प्रकार आढळून आले. या कुटुंबांमध्ये पुढच्या पिढीमध्ये मात्र आता लोककलेची सूत्रे देण्याची इच्छा दिसत नाही. कित्येक शतके अनेक लोककलांचा जातिव्यवस्थेशी व धार्मिक रूढींशी संबंध होता. या सर्व लोककला अधिक मानवतावादी होण्याची तज्ज्ञांना प्रतीक्षा आहे. स्मार्टफोनच्या कनेक्टिव्हिटीच्या जगात कुटुंबे व नातेसंबंध दुरावल्याची भावनादेखील वाढीला लागली आहे. अशा वेळी लोककला या नवीन स्वरूपात नव्या पिढीला पाहायला मिळाव्यात आणि त्यादेखील सर्व भाषांमध्ये! तरुणांना, लहान मुलांना, आबालवृद्धांना त्यांनी सामावून घ्यावे अशीसुद्धा रास्त अपेक्षा आहे.

❖❖❖

२६.

लोकजीवनातील संक्रमण

'एनसायक्लोपीडिया ऑफ ब्रिटानिया' या १९५३मध्ये प्रकाशित करण्यात आलेल्या कोशामध्ये कृषी संस्कृतीशी निगडित असणारा ग्रामीण समुदाय म्हणजे 'लोक' अशी व्याख्या करण्यात आली आहे. शहरी संस्कृतीपेक्षा स्वतंत्र संस्कृती असलेला आणि आर्थिक, विकास व शिक्षण या बाबतीत मागे राहिलेल्या लोकांचा समूह म्हणजे 'लोक' अशीसुद्धा व्याख्या समाजशास्त्रज्ञांनी केली आहे. गेल्या शंभर वर्षात हे लोकजीवन झपाट्याने बदलल्याचे लक्षात येते. १९०१मध्ये ब्रिटिश प्रशासकांनी भारताचा जनगणना रिपोर्ट लिहिला. त्या वेळी एकत्र भारताची लोकसंख्या २९.४ कोटी एवढी होती. ९० टक्के लोक ग्रामीण भागात व केवळ १० टक्के लोक शहरामध्ये राहत होते. ही जनगणना होण्यापूर्वी १८९६ ते १९०० या चार वर्षांत प्रचंड दुष्काळामुळे सुमारे ५० लाख लोक मयत झाले होते. तेवढेच लोक प्लेगमुळे मयत झाले. त्या वेळी १० हजार पुरुषांमध्ये केवळ ६८ पुरुष आणि ७ स्त्रिया शिक्षित होत्या.

लोकजीवनामध्ये आचारविचार, दररोजच्या जगण्यातील रीतीरिवाज, कपडे, राहणीमान, सणवार, आर्थिक, धार्मिक व राजकीय परिस्थिती या सर्वांचा समावेश होतो. गेल्या १०० वर्षांत लोकजीवनात एवढा बदल झाला आहे, की आताच्या पिढीला ५०-६० वर्षांपूर्वी अशी एखादी गोष्ट पूर्वी होती असे म्हटले तरी विश्वास बसणार नाही. झपाट्याने झालेले शहरीकरण आणि शहरी संस्कृतीचा झालेला परिणाम आपल्याला पदोपदी व प्रत्येक गावात पाहायला मिळतो. दरवर्षी पावसाळ्यापूर्वी शेकारावी लागणारी गवताच्या छप्परांची घरे जवळपास संपुष्टात आलेली आहेत. आता तर सर्रास आरसीसीची घरे पाहायला मिळतात. एकाच वाडीवर राहणारी एकमेकांची नातेवाइक

मंडळी भावकीतून बाजूला होऊन आपापल्या शेताच्या वाटणीत घरे बांधून राहू लागली आहेत. १९४०-५०पर्यंत वाकड्यातिकड्या लाकडाच्या मेढी उभ्या करून, उभारलेले जनावरांचे गोठे आता कालबाह्य होत आहेत. शास्त्रीय पद्धतीने सिमेंट कोबा करून गव्हान करून जनावरांचे गोठे उभारले जात आहेत. लोकप्रतिनिधी निवडणुकीच्या वेळी गावात आल्यावर हक्काने रस्त्यांची, सिमेंट बंधाऱ्यांची मागणी केली जात आहे. हळूहळू गावामध्ये लोकसंख्येच्या राजकीय दबावामुळे या गोष्टी घडत आहेत. शेतकऱ्यांची घरे आता किचन, बाथरूम यांसह अत्याधुनिक टाइल्स लावून बनवली जातात. वाडीवस्तीवर टीव्ही केव्हाच पोहोचला आहे आणि मोबाईल, इंटरनेट डाटा पॅकमुळे जगात अर्ध्या तासापूर्वी प्रसारित झालेला व्हिडिओ गुराख्याच्या मोबाईलवर दिसू लागला आहे.

लोकसंस्कृती, शेतीजीवनाचा व निसर्गाचा घनिष्ठ संबंध आहे, तरीही शहरी संस्कृतीचा प्रभाव ग्रामीण भागावर पडत आहे. प्रत्येक सणावारासाठी गावी जाणारी माणसे आता गावी जात नाही. किंबहुना, कोणत्याही एकावेळी गावातलीच १०-२० टक्के माणसं नोकरीसाठी, सरकारी कामासाठी, हॉस्पिटल मधल्या उपचारासाठी, शिकण्यासाठी किंवा अन्य कामासाठी शहरांमध्ये दिसतात. शेतीशी संबंधित असलेले सण भोगी, अमावास्या, पुनव, गावच्या जत्रा यामध्येसुद्धा बदल होत आहेत. ग्रामदैवताचे दर्शन घेण्यासाठी चारचाकी वाहनांनी काही तासांसाठी जाऊन परत शहरात जाणाऱ्यांची संख्या वाढली आहे. परंपरेचा भाग म्हणून झाडांची पूजा, शेतीच्या अवजारांची पूजा वैयक्तिक पातळीवर आली आहे. लोकमनाने स्वीकारलेल्या मरीआई, म्हसोबा, काळूबाई या दैवतांची सार्वजनिक व नियमित पूजाअर्चा करणे गावातील लोकांना अवघड होऊ लागले आहे. असे म्हणतात, की शहरीकरण झाले की सामूहिकता कमी होते आणि वैयक्तिक गोष्टींना महत्त्व प्राप्त होते. पूर्वीच्या गावोगावच्या देवळांमधील काही ठिकाणी जुन्या मूर्ती बदलल्या आहेत व आकर्षक, संगमरवरी, घडीव मूर्ती नव्या मंदिरामध्ये बसवल्या जात आहेत.

लोकगीते म्हणी, वाक्प्रचार, उखाणे आणि लोककथा यादेखील लोकसाहित्यातील महत्त्वाच्या परंपरा असून, गावोगावी झालेल्या तथाकथित आंतरराष्ट्रीय शाळा, कॉन्व्हेंट शाळा यांच्या प्रभावाखाली लोकसाहित्याचे पिढ्यान्‌पिढ्या होणारे संक्रमण जणू खंडित झाल्यासारखे वाटत आहे. कॉन्व्हेंटमध्ये शिकलेल्या मुलांना म्हणींचा आणि वाक्प्रचारांचा अर्थ समजून सांगताना आईवडिलांची दमछाक होत आहे. लोककलांमधील लावणी, भजन, तमाशा, दशावतारी खेळ, नमन खेळ, वगनाट्य या सगळ्यांमध्ये आमूलाग्र बदल झाला आहे. लोकांच्या वापरातील गोधडी, गाडगे, मडके, घागर, हांडे कमी होऊन प्लॅस्टिकची बादली, पाणी शुद्धीकरणासाठी ॲक्वागार्ड, मिक्सर अशी आधुनिक

लोकसंस्कृती, शेतीजीवनाचा व निसर्गाचा घनिष्ठ संबंध आहे, तरीही शहरी संस्कृतीचा प्रभाव ग्रामीण भागावर पडत आहे. प्रत्येक सणावारासाठी गावी जाणारी माणसे आता गावी जात नाही. किंबहुना, कोणत्याही एकावेळी गावातलीच १०-२० टक्के माणसं नोकरीसाठी, सरकारी कामासाठी, हॉस्पिटल मधल्या उपचारासाठी, शिकण्यासाठी किंवा अन्य कामासाठी शहरांमध्ये दिसतात. शेतीशी संबंधित असलेले सण भोगी, अमावास्या, पुनव, गावच्या जत्रा यामध्येसुद्धा बदल होत आहेत.

साधने घरात दिसू लागली आहेत. फळांची विक्री डझनावर न होता आता किलोवर होऊ लागली आहे. चिपटे, आठवा, पायली ही मोजमापे कमी होऊन दशमान पद्धती चांगलीच रुजली आहे. बलुतेदारी नष्ट झाली आहे. शेतजमिनीत आता कुळे नाहीत. कंत्राटी शेती येऊ लागली आहे. शेतकऱ्यांच्या उत्पादक कंपन्या स्थापन होत आहेत. छोट्या गावांमध्ये बँकेच्या शाखा उघडल्या आहेत. प्रत्येक जण अर्थव्यवस्थेला जोडला जात आहे. जनावरे कमी झाली आहेत. अन् गायराने अतिक्रमणांनी व्यापली आहेत. जनावरे चरायला नेण्यासाठी चराऊ रान संपुष्टात येत आहे.

कधी कधी वाटते खुरपण्यासाठीसुद्धा कंपनीचा ड्रेस देऊन माणसे भरती करावी लागतील आणि बेकार असलेले सुशिक्षित मुलेसुद्धा शेतकऱ्यांकडे थेट काम करण्याऐवजी कंपनीचे नोकर म्हणून निम्म्या पगारात तेच शेतीचे काम करतील. २०११च्या जनगणनेमध्ये ७५ टक्के शिक्षित लोकसंख्या आणि १२१ कोटी एकूण लोकसंख्या झालेल्या या देशात ग्रामीण लोकजीवन झपाट्याने बदलले, हे मात्र नक्की!

❖❖❖

२७.

विवाह : एक जीवन-संस्कार

ग्रामीण महाराष्ट्रातील लग्न लावण्याची पद्धत गेल्या १०० वर्षांत कशी कशी बदलत गेली आहे, हे पाहणेसुद्धा अतिशय रंजक आहे. १८९०च्या आसपास तिथी, टिपण करून आणि त्यावर हळदी-कुंकू टाकून, मुलीच्या किंवा मुलाच्या पित्याला बसवून ते त्यांच्या हातात देऊन लग्न जमवण्याची पद्धत होती. आता कोणत्याही मंगल कार्यालयात लग्नाला हजर राहिल्यास नवरा-नवरी हे भटजी किंवा फोटोग्राफरच्या दिग्दर्शनाखाली काम करताना दिसतात. त्या दोघांच्या संपूर्ण हालचालींवर या दोघांचेच नियंत्रण असते. लग्नाच्या अगोदर प्री-वेडिंग शूटिंग व स्वतःचा एक चित्रपट तयार असतो. डिजिटल स्वरूपात या आठवणी साठवल्या जात आहेत.

शेतकरी कुटुंबामध्ये लग्न ही आपापल्या दारात व शेतामध्ये करण्याची पद्धत होती. लग्न जमवताना भावकीमधील व पुढारपण करणारी काही मंडळी महत्त्वाच्या समारंभाला हजर असत. किंबहुना, प्रत्येक गावात कोणाचेही लग्न जमवायचे असले, तरी असे एक दोन मध्यस्थ असत. त्यांच्या परस्पर कोणाचे लग्न जर ठरले त्याच्याबद्दल खोट्यानाट्या गोष्टी सांगून, ते लग्न कसे मोडेल, असे पाहणारेसुद्धा काही मध्यस्थ होते. त्याला ग्रामीण भागातील लोक 'काड्या घालणे' असे म्हणतात. मात्र एखाद्याने विश्वासाने मानपान दिला की मग मुला-मुलींची बाजू कशी वरचढ व चांगली आहे ते परस्पर सांगत असत. मुलाला भाऊ-बहीण नसेल तर अशा घरात मुलगी देताना लोक अनेक वेळा विचार करत असत. १०० वर्षांनंतर आता सासुरवाडीत किती लोकांचा स्वयंपाक करावा लागेल व कमीत कमी माणसे घरात असतील, तर आपल्या मुलीला कमी काम करावे लागेल व ती सुखात राहील असा धूर्त व बेरकी विचार त्या वेळी

नव्हता. किंबहुना, मोठ्या खटल्याच्या घरात लग्न होऊन जात असेल, तर ते घर तालेवार समजले जाई व कोणतीही वाईट परिस्थिती आली तरी मुलीचा संसार कडेला जाईल असा सुरक्षित विचार केला जात असे. हल्ली तर नव्या पिढीच्या तोंडी नवऱ्या मुलाच्या घरी म्हातारे लोक घरात किती आहेत व त्यांना 'डस्टबीन' असे संबोधले जाईपर्यंत मजल गेल्याचे काही लोक सांगतात.

लग्न जमवतानाच देण्या-घेण्याची, लग्न कोठे करायचे, वऱ्हाड कसे येईल, मुलाकडचे व मुलीचे पोषाख कोणी घ्यायचे, इथपासून हातातील मनगटी घड्याळ घेण्यापर्यंत चर्चा होत असे. कोल्हापूर, सांगली भागांत देण्या-घेण्याच्या वस्तूंची यादी केली जाते. 'यादी पे शादी' केली जाते. १९७०पर्यंत नवरदेव किंवा त्याच्या जवळचे नातेवाइक मिरवणुकीत चांगला घोडा आणला नाही किंवा घड्याळ घेतले नाही, रेडिओ घेतला नाही अशा मुद्द्यांवरून ऐनवेळी रुसून बसत. अशा वेळी लग्न जमवणारे मध्यस्थ लोक दोन्ही बाजूंची समजूत काढून कसेबसे लग्न लावून देत. लग्नात लापशी करायची, का बुंदी करायची, की गुळवणीचे जेवण करायचे याची खात्री नवरीकडच्यांकडून म्हणून घेणारे लोकसुद्धा होते.

आर्थिकदृष्ट्या मुलीचे आई-बाप लग्नात होणारा अवाढव्य खर्च करताना मेटाकुटीला यायचे. कधी कधी धान्य विकून, शेतमाल विकून, कधी सावकाराकडून कर्ज काढून आणि जवळच्या मोठ्या नातेवाइकाकडून उसने पैसे घेऊन कसाबसा लग्नाचा खर्च होई. येणारे नातेवाइकसुद्धा आपापल्या पद्धतीने एक रुपया, दोन रुपये असा आहेर देऊन मुलीच्या वडिलांचा भार हलका करण्याचा थोडा प्रयत्न करत. मामा, काका, मेव्हणे, जावई आणि जवळच्या नातेवाइकांनी आणलेल्या टॉवेल-टोपीचीसुद्धा घोषणा मोठमोठ्याने माईकवर व्हायची. अकरा रुपये आहेर देणारा नातेवाइकसुद्धा सर्वांना फार भारी वाटायचा. अशा पाहुण्याला जेवायच्या वेळी पत्रावळीऐवजी पितळी ताटामध्ये वाढले जायचे.

वेगवेगळ्या जातिधर्मांमध्ये लग्नाचा विधी वेगवेगळा असतो. पूर्वीच्या काळी असणारे निम्मे-अधिक विधी आता होत नाहीत. पूर्वी गावांमध्ये उतरल्यावर ज्या भागातून लाउडस्पीकरवर 'येऊ कशी तशी मी नांदायला' हे गाणे ऐकले की त्या दिशेला लग्नघर आहे हे समजायचे. आता लग्नाचे स्वरूप हे कुटुंब व त्यांचे नातेवाइक यापेक्षा अधिक सामाजिक झाले आहे व त्याला समारंभाचे स्वरूप आलेले आहे. एकेकाळी आठ-आठ दिवस आधी येणारे नातेवाइक आता अर्धा तास अगोदर लग्नात हजेरी लावतात. नोंदणी विवाहाची संख्या प्रचंड वाढली असून, मुलगा किंवा मुलगी परदेशी असेल तर त्यांच्या विमानाच्या तारखा पाहून लग्न किंवा स्वागत समारंभ आयोजित केला जात आहे. ग्रामीण भागातसुद्धा आता १०-२० कि.मी. अंतरावर मोठमोठी मंगल कार्यालये उभी राहिली आहेत. स्वयंपाकापासून सर्व कामासाठी मदतीला येणारे भावकीतील लोक कमी झाले

मुलाला भाऊ-बहीण नसेल तर अशा घरात मुलगी देताना लोक अनेक वेळा विचार करत असत. १०० वर्षांनंतर आता सासुरवाडीत किती लोकांचा स्वयंपाक करावा लागेल व कमीत कमी माणसे घरात असतील, तर आपल्या मुलीला कमी काम करावे लागेल व ती सुखात राहील असा धूर्त व बेरकी विचार त्या वेळी नव्हता. किंबहुना, मोठ्या खटल्याच्या घरात लग्न होऊन जात असेल, तर ते घर तालेवार समजले जाई व कोणतीही वाईट परिस्थिती आली तरी मुलीचा संसार कडेला जाईल असा सुरक्षित विचार केला जात असे.

आहेत. त्याची जागा कंत्राटी मांडववाला, फोटोग्राफर, केटरर यांनी घेतलेली आहे. श्रीमंत कुटुंबांमध्ये स्टार हॉटेलमध्ये लग्न करण्याची पद्धत पडलेली आहे.

विवाह हा जीवनातील एक संस्कार आहे ही धार्मिक भावना थोडी कमी होत असून, लग्नसुद्धा मार्केटिंगच्या जाळ्यात आले आहे. पंजाब, उत्तर प्रदेश, हरियाणासारख्या राज्यात सर्रासपणे लग्नामध्ये दारू पिणे, हवेत गोळीबार करणे अशा गोष्टींनी शिरकाव केला आहे. लग्नानंतर पाचव्या दिवशी घटस्फोटसुद्धा होत आहेत. संस्कार ते करार अशी ही वाटचाल नसावी हीच साधी अपेक्षा.

❖❖❖

२८.

लग्नातील बदलते मध्यस्थ

साधारणतः १९५०पर्यंत अनेक कुटुंबांत प्रत्यक्ष मुलगा-मुलगी न पाहताच आई-वडील, आजोबा किंवा चुलते लग्नासाठी शब्द देत होते. घर, शेती, घराणे इत्यादी गोष्टी बघून मोठे लोक परस्पर लग्न ठरवत असत. यांपैकी अनेक कुटुंबातील व्यक्तींना मुलगा मुंबई, पुण्याला किंवा अन्य ठिकाणी नोकरीला असल्याचे माहिती असे. १९३० ते ५०च्या दरम्यान बहुसंख्य लोक ग्रामीण भागातून गोदीमध्ये किंवा कापड गिरण्यांमध्ये नोकरीला लागायचे. सुरुवातीला वर्ष दीड वर्ष पोटाला कात्री लावून आणि पैसे वाचवून भाड्याच्या घरात राहात. दोन, तीन वर्षांनी पैसे साठवून कोणत्या तरी चाळीत एक खोली घेतली की मुलगा स्वतःच्या पायावर उभा आहे, असे भावकीला समजे. अशा मुलाला कर्तृत्ववान समजले जाई. बरीच लग्नं ही गावच्या जत्रेच्या वेळी सगळे पाहुणे गावी असतानाच ठरायचे. लग्नामध्ये मुलाच्या किंवा मुलीच्या बाजूने बोलणारे मध्यस्थ असायचे. मध्यस्थांनासुद्धा लग्न जमवल्याच्या फार अभिमान असायचा व लग्न समारंभात सगळ्यात जास्त मान त्यांना दिला जात असे.

१९५०पर्यंत जुनी अकरावीपर्यंत पोहोचलेला नवरा ग्रामीण भागात हा शिकलेला मानला जायचा. १९७०-८०च्या दशकापर्यंत पदवीधर मुलाला अकरावी-बारावी झालेली मुलगी ही समपक्ष मानली जायची. एखाद्याने मुलीने जास्त शिकावे अशी अपेक्षा व्यक्त केली तर साखरपुडा करून त्यानंतर बारावी किंवा पदवीधर करायचा प्रयत्न व्हायचा. शंभर वर्षांनंतर जो बदल आणि फरक जाणवतो तो नेमका हाच. लग्नाच्या बेडीत अडकल्यानंतरसुद्धा सर्रासपणे दोन-तीन वर्षांनी लग्न व्हायची तरी कोणतीही अडचण त्या वेळी कुटुंबांना भासली नाही. विवाह कायद्यामध्ये कसलाही बदल न करता सकाळी

साखरपुडा आणि दुपारी लग्न ही पद्धती १९८०च्या दशकात निर्माण झाली. याबद्दल कोणत्याच कायद्यात सुधारणा झाली नाही. समाजाने हा बदल कसा स्वीकारला, हे एक गूढ आहे. एकदा लग्न जमून ठेवले आणि साखरपुडा झाल्यावर लग्नामध्ये फार अंतर असेल तर 'लोक काड्या घालतात' असे उत्तर मिळते. फसवणुकीच्या घटना झाल्यानंतर लोक मध्यस्थांना दोष देऊ लागले. लग्नापासून जमिनीच्या सौद्यांपर्यंत एरवी सर्व ठिकाणी असणारे मध्यस्थ हळूहळू कमी होऊ लागले. याच काळात लग्नासाठी जवळचे नातेवाइक चार-पाच दिवसांसाठी पूर्वी मुक्कामाला यायचे तेही कमी होऊ लागले.

भारतातील १९९१च्या आर्थिक सुधारणानंतर शैक्षणिक कर्ज मिळे. दरवाजे सर्वसामान्यांसाठी उघडे. अमेरिका, इंग्लंड, ऑस्ट्रेलिया, सिंगापूर या ठिकाणी भारतीय विद्यार्थी शिकायला जाऊ लागले. युक्रेन युद्धानंतरसुद्धा शेकडो विद्यार्थी विशेषतः डॉक्टर होण्यासाठी तिकडे गेलेले भारतात परत आले. जानेवारी २०२१मध्ये एकूण ८५ देशांमध्ये १० लाख भारतीय विद्यार्थी शिकायला गेले. परदेशी शिकायला गेल्यावर तिकडेच चांगल्या पगाराच्या नोकऱ्या मिळत असल्यामुळे दोन-तीन वर्षे झाली की लग्न जमवण्याची चर्चा सुरू होते. त्यामधून लग्न जमवणाऱ्या विवाह संस्थांचे जाळे विस्तारले. व्यक्तिगत मध्यस्थांची जागा विवाह संस्थांनी घेतली आहे. दोन्ही बाजूंची उजळपणे व मार्केटिंग तंत्राने, दुसऱ्यावर प्रभाव पडेल अशा पद्धतीने फोटो, व्हिडिओ, बायोडाटा यांचे वारे लागले. खास लग्नासाठी हेवी मेकअप करून, फोटोशूट करून ठराविक अँगलने फोटोजेनिक चेहरे दिसू लागले. ग्रामीण भागातून मुलगा मास्टर्स करायला इंग्लंड, अमेरिकेला गेला असेल तर चार-पाच फोटोपैकी एक मॉडर्न, दुसरा नऊवारी साडी घालून नथ घालून, तिसरा कॅज्युएल वेअरवर असे मार्केटिंगचे उच्च तंत्र वापरले जाऊ लागले. फोटो जसा दिसतो तसा मुलगा किंवा मुलगी दिसत नाही, असा साक्षात्कारसुद्धा पाठोपाठ चालत आला. प्रत्यक्ष मुलगा किंवा मुलीशी बोलल्याशिवाय किंवा काही दिवस चॅटिंग केल्याशिवाय लग्न जमवणे दोन्ही बाजूंना अडचणीचे वाटू लागले आहे. डिजिटल सॅम्पल आणि प्रत्यक्ष यामध्ये फरक पडू लागला आहे. शेकडो वेळा व्हिडिओ कॉल करून व इन्फॉर्मली एकमेकांना पाहण्याची, अजमावण्याची पद्धत रुळू लागली आहे. कोरोनाच्या काळात तर व्हिसा न मिळाल्यामुळे प्रवासाची बंधने पाहता व जाणे-येणे दुरापास्त झाल्यामुळे आई-वडिलांच्या गैरहजेरीत कित्येक लग्न झाली. लग्न जमवण्यामध्ये आता मुलाचा व्हिसा, मुलीचे शिक्षण, मुलीचा व्हिसा, असे नवेच निकष लागू झाले आहेत. लग्न जमवणे आता नातेवाइकांच्या तसेच आई-वडिलांच्या हातातून सुटून गेले आहे. भारतात असणाऱ्या जातीच्या भिंती परदेशी विद्यार्थ्यांच्या व शहरी विद्यार्थ्यांच्या बाबतीत गळून पडू लागल्या आहेत.

विवाह कायद्यामध्ये कसलाही बदल न करता सकाळी साखरपुडा आणि दुपारी लग्न ही पद्धती १९८०च्या दशकात निर्माण झाली. याबद्दल कोणत्याच कायद्यात सुधारणा झाली नाही. समाजाने हा बदल कसा स्वीकारला, हे एक गूढ आहे. एकदा लग्न जमून ठेवले आणि साखरपुडा झाल्यावर लग्नामध्ये फार अंतर असेल तर 'लोक काड्या घालतात' असे उत्तर मिळते. फसवणुकीच्या घटना झाल्यानंतर लोक मध्यस्थांना दोष देऊ लागले. लग्नापासून जमिनीच्या सौद्यांपर्यंत एरवी सर्व ठिकाणी असणारे मध्यस्थ हळूहळू कमी होऊ लागले.

शहरीकरणाची गर्दी वाढल्यानंतर लग्न जमवण्यापूर्वी आता सोशल मीडियाचा सर्वांत जास्त आधार घेतला जात आहे. एका हुशार मुलीने लग्न जमवण्याच्या पूर्वीच मुलगा जी मोटरसायकल फिरवतो ती आरटीओमध्ये दुसऱ्याच्या नावावर नोंद केलेली आहे आणि घरसुद्धा त्याच्या नावावर नाही असा शोध लावला. सोशल मीडियावर केलेल्या कॉमेंट्स व लाइक्सवरून स्वभावाचा अंदाज बांधण्याचा हा काळ आलेला आहे. जिवंत मध्यस्थांऐवजी मोबाईल व संगणक हे नव्या काळातील मध्यस्थ ठरू पाहत आहेत. अशा वेळी जे डोळ्यांना दिसते, ते खरे आहे का? हा शतकानुशतके पडलेला प्रश्न मात्र कायम राहिला आहे.

❖❖❖

२९.

बदलत्या पाहुणचार पद्धती

गेल्या शतकात कौटुंबिक जीवन एवढे बदलले आहे की त्याचा परिणाम पाहुणचार आणि आतिथ्य यावरसुद्धा झाला आहे. पूर्वी मुक्कामाला येणारे जवळचे नातेवाइक व सगेसोयरे यांचा पाहुणचार मोठ्या प्रमाणावर होत असे. लग्न समारंभ, मुंज, साखरपुडा किंवा जवळच्या नातेवाइकांचे निधन झाल्यावर मुख्यतः पाहुणे व नातेवाइक मुक्कामाला येत. आतासारखे अर्ध्या तासात भेटून, बोलून लगेच निघून जाण्याची घाई त्या वेळी कोणालाही नसायची. आयुष्याला वेग नक्की कधी आला हे सांगता येणे अवघड आहे. तरी, १९३०च्या आसपास महाराष्ट्रात सुरू झालेल्या कापड गिरण्या आणि त्यामुळे निर्माण झालेले रोजगार व स्थलांतर, स्वातंत्र्यानंतर सुरू झालेली विकासकामे, १९९०नंतरचे खासगीकरणाचे वारे आणि त्यातून निर्माण झालेल्या नोकऱ्या असे टप्पे सांगता येतील. कूळ कायदा येईपर्यंत दरवर्षी जमीनमालक कुटुंबासह सुगीच्या हंगामात कुळाकडे म्हणजे स्वतःच्या शेतजमिनीत मुक्कामाला जात असे. मॅट्रिकच्या परीक्षेला कुळांची मुले मुक्कामाला मालकाच्या वाड्यावर शहरात जात. लग्नासाठी आलेले नातेवाइक आरामात आठवडाभर राहत असत व घरातील बायकासुद्धा हसतखेळत एकत्र स्वयंपाक करीत. आनंदाने चार, पाच दिवस एकत्र राहत. पंचमीच्या सणाला माहेरी आलेल्या मुलींसाठी वाड्यावस्त्यांवर हौसेने झोके बांधले जात आणि वर्षभर कष्ट करणाऱ्या व संसाराचे ओझे पडलेल्या मुलींना माहेर सुखावून जात असे. आई जिवंत असेपर्यंत हे लाड चालत असत. कमी वयात लग्न झालेल्या मुलींना त्या वेळी किमान वीस, पंचवीस वर्षे असा आनंद मिळत असे. शहरे आकाराने मोठी झाली तशी एकाच शहरात माहेर आणि सासर असे चित्र दिसू लागले. कधी कधी दोघेही

'अतिथी देवो भवो' अशी परंपरा असलेला या देशात अतिथीला पण वेळ नाही आणि यजमानालाही वेळ नाही अशी परिस्थिती निर्माण होत आहे. जीवनाचा वेग वाढत असताना अप्रत्यक्षरीत्या अतिथीला देव मानण्याच्या संस्कृतीवरदेखील विपरीत परिणाम झाला आहे. रस्ते रुंद आणि गुळगुळीत झाले आहेत, तरी मानवी मने अरुंद होत आहेत.

इतर राज्यांत, देशांत किंवा शहरांत नोकरीच्या निमित्ताने गेल्यावर सासर आणि माहेर दोन्हीही दूरचे झाले. लांब गेलेल्या घरातल्या लोकांना रेल्वे स्टेशनवर बैलगाडी जुंपून घेऊन जायला येणारी माणसे हळूहळू कमी झाली. त्याची जागा सुरुवातीला टांगा, त्यानंतर टॅक्सी, आणि आता बस, रिक्षा, टॅक्सी, कार यांनी घेतली आहे. कोणत्यातरी निमित्ताने आपल्या मूळ गावी आल्यानंतर आपली शाळा, मास्तर, वर्गमित्र, मैत्रिणी यांना भेटणे होत असे. आता मात्र जीवनमान झपाट्याने बदलले आहे. अचानक निधन झालेल्या नातेवाइकांकडे जातानासुद्धा अंत्यविधी नक्की किती वाजता आहे हे विचारून तोपर्यंत पोहोचण्याचा जेमतेम प्रयत्न होत आहे.

अनेक लोकप्रतिनिधी एकाच मुहूर्तावर असलेल्या गावातील पाच-सहा लग्नांना हजेरी लावू लागले आहेत. कोणाच्या तरी लग्नात अगोदर नवरा- बायकोला भेटून व फोटो काढून, दुसऱ्या लग्नात पहिल्या मंगलाष्टकाला उपस्थित राहून आणि तिसऱ्या लग्नात शेवटच्या मंगलाष्टकाला हजर राहताना पुढाऱ्यांची दमछाक होत आहे. बहुतेक ठिकाणी प्रवासाचा जाण्या-येण्याचा वेळ वाढत गेला आहे, त्या प्रमाणात एकमेकांना देण्याचा प्रत्यक्ष वेळ कमी होत आहे.

कुटुंबे छोटी झाल्यामुळे, शिक्षणामुळे, चांगल्या नोकऱ्या मिळाल्यामुळे, शेती परवडत नसल्यामुळे, शेती विकल्यामुळे, भूसंपादन झाल्यामुळे आणि उन्हातान्हात कष्ट करण्यापेक्षा सावलीत बसून जास्त वेतन मिळत असल्यामुळे शहरी आणि नागरी संस्कृतीमध्ये वाढ होत आहे. प्रवासाची चांगली साधने झाल्यामुळे व रस्त्यांचे जाळे सुधारल्यामुळेदेखील दुसऱ्या ठिकाणी नातेवाइकांकडे मुक्काम करण्याची गरज संपुष्टात येत आहे. एरवी कोणत्याच सुखदुःखाच्या प्रसंगाला हजर न राहिल्यामुळे कामानिमित्त एखाद्या गावी गेल्यावर लॉज, हॉटेल किंवा अन्य पर्याय उपलब्ध होत आहेत. शक्यतो कोणताच पर्याय नसेल, तरच नातेवाइकांकडे मुक्कामाला जाण्याचा पाश्चात्त्यांचा विचार हळूहळू भारतात पण मूळ धरू लागला आहे. जी गोष्ट मुकामाची तीच गोष्ट पाहुणचाराची पण झाली आहे. शहरातील छोट्या घरांमुळे नातेवाइकांकडे मुक्काम करणे गैरसोयीचे ठरू लागले आहे. त्याचबरोबर अचानक घरी पाहुणे येणार

असतील, तर अल्प काळाची पूर्वसूचना मिळत असल्यामुळे पाहुणचाराला घरचे पदार्थ बनवून खाऊ घालण्याचे प्रमाणदेखील कमी होऊ लागले आहे. जवळच्या मिठाईच्या दुकानातून रेडिमेड खाद्यपदार्थ आणून पाहुणचार केला, तरी परस्परांना वाईट वाटेनासे झाले आहे. कधी कधी तर शहरात घराच्या बाहेर पाहुण्याला हॉटेलमध्ये खाऊ घालून परस्पर वाटेला लावले जाण्याचे प्रमाण वाढले आहे.

आता पूर्वीप्रमाणे चहापान हे नाममात्र राहिले आहे. विशेषतः डायबेटिसमुळे निम्मे पाहुणे गोड खात नाहीत. 'अतिथी देवो भवो' अशी परंपरा असलेला या देशात अतिथीलापण वेळ नाही आणि यजमानालाही वेळ नाही अशी परिस्थिती निर्माण होत आहे. जीवनाचा वेग वाढत असताना अप्रत्यक्षरीत्या अतिथीला देव मानण्याच्या संस्कृतीवरदेखील विपरीत परिणाम झाला आहे. रस्ते रुंद आणि गुळगुळीत झाले आहेत, तरी मानवी मने अरुंद होत आहेत. इमारतीची उंची वाढली तरी माणसे खुजी होऊ लागली आहेत. माहेरचा रस्ता, शाळेचा रस्ता, गल्लीतला रस्ता, मंदिराचा रस्ता आता अनोळखी होऊ लागला आहे. प्रसिद्ध लेखक पु. ल. देशपांडे यांच्या भाषेत "माझ्या रस्त्याला मी ओळखले नाही, की त्याने मला ओळखले नाही, कोण जाणे! त्याच्या उशाची टेकडी कापली होती. तो रस्ता खूप म्हातारा होऊन वारला असावा. आता त्याची जागा एका डांबरट रस्त्याने घेतली होती, आणि तो आपल्या नावाची पाटी लावून पडला होता. मी ती पाटी वाचायला गेलो नाही."

❖❖❖

३०.

फॅशननुसार बदलले दागिने

एकशेवीस वर्षांत ग्रामीण महाराष्ट्रातील दागिन्यांचे आकर्षक जगसुद्धा प्रचंड बदलले आहे. आजही भारतीय स्त्रियांसाठी दागिने हाच सर्वांत आवडता व चर्चेचा विषय असू शकतो. दागिन्यांमध्ये भौगोलिक क्षेत्रानुसार पूर्वीसुद्धा फरक होता व आजही तो प्रकर्षाने जाणवतो. आता शहरी भागात हलक्या वजनाचे व जास्त आधुनिक डिझाइन असणारे तर ग्रामीण भागात जास्त वजनाच्या व पारंपरिक दागिन्यांना पसंती दिली जाते. १९५०-६०पर्यंत शाळेत जाणारी श्रीमंतांची मुले सोन्याची भिकबाळी घालत असत. हीच भिकबाळी आता नव्याने फॅशन म्हणून कानांमध्ये दिसत आहे. मानवाला धातूंचा शोध लागला तेव्हापासून धातूचे दागिने वापरण्याची पद्धत रुळली असावी. रामायण आणि महाभारताच्या काळापासून म्हणजे ५ ते ७ हजार वर्षांपूर्वी सुंदर दिसण्यासाठी अलंकार वापरण्याची सुरुवात झाली. सुमारे २ हजार वर्षे मौल्यवान रत्ने पुरवणारा भारत हा जगातला एक महत्त्वाचा देश होता. जगभरातले व्यापारी वेगवेगळ्या वस्तू देऊन येथून रत्ने घेऊन जात असत. राजेशाहीच्या काळात भरजरी अलंकार हे सत्तेचे, समृद्धीचे व प्रतिष्ठेचे लक्षण मानले गेले.

मोती, शिंपले, दगड, हाडांपासून बनवलेले दागिने आदिमानव काळापासून वापरात होते. धातूचा शोध लागल्यानंतर अलंकाराचे जगच बदलून गेले. एखादी व्यक्ती मरण पावल्यानंतर मृत देहाबरोबर सोने पुरण्याची पद्धत सुरू झाली. त्यामुळेच इजिप्तच्या पिरॅमिडमध्ये, 'ममी'सोबत आणि कबरींमध्ये आजही पुरातत्त्व खात्याला सोन्याचे अलंकार आढळतात. इ.स. पूर्व १२०० ते १५०० या मध्यकालीन युगात राजे व सरदार यांनी आपला दर्जा दाखविण्यासाठी अंगावर सोने, चांदी आणि जडजवाहीर

वापरण्यास सुरुवात केली. समाजातील गरीब लोक तांबे किंवा अन्य धातूचे अलंकार वापरीत. अनेक अलंकारावर गूढ भाषेमध्ये चिन्हे आढळली आहेत. दागिना घातलेल्या व्यक्तीचे संरक्षण करण्यासंबंधी अशी चिन्हे असावीत.

पूर्वीच्या अलंकारामध्ये धार्मिक प्रभाव होता. हीच अलंकाराची शैली नव्या रूपात टेंपल ज्वेलरी म्हणून भारतात नव्याने आली आहे. बहुतेक अलंकारांमध्ये आकार हे निसर्गातील पाने, फुले, देवदेवतांची चित्रे या आधारे बनवले गेले आहेत. विशिष्ट रत्ने विशिष्ट आजारासाठी वापरण्याची पद्धत होती. विविध राशींचे खडे व त्या राशींमध्ये असणारे धोके व आजार त्यांना प्रतिबंध करण्यासाठी रत्नांचा वापर होत होता. अठराव्या शतकात हिऱ्यांना पैलू पाडून त्यांना अधिक चमकदार बनवण्याचे तंत्रज्ञान अधिक प्रगत झाले. गेली दोन शतके हिऱ्यांना ज्वेलरीमध्ये मानाचे स्थान मिळाले आहे. जगभर फिरणाऱ्या, स्थलांतरित होणाऱ्या व पर्यटक नागरिकांमध्ये हिऱ्यांचे दागिने वापरण्याचा कल वाढला आहे. हिरे आता घड्याळामध्ये, दातांमध्ये व पुरुषांमधील अनेक दागिन्यांमध्ये दिसू लागले आहेत.

युद्धामध्ये मर्दानगी गाजवली तर सरदाराला बक्षीस म्हणून भरजरी छोटी तलवार द्यायची प्रथा सुरू झाली होती. एकोणिसाव्या शतकात औद्योगिक क्रांतीनंतर सामाजिकदृष्ट्या अनेक देश ढवळून निघाले. त्याचा परिणाम सामाजिक व सांस्कृतिक क्षेत्रांवर झाला. अनेक छोटी छोटी यंत्रे व मशिनरी याद्वारे अधिक नाजूक काम करण्याचे तंत्रज्ञान प्रगत झाले. मध्ययुगीन काळातील शैली आणि आधुनिक काळातील डिझाईन यांचा संगम होऊ लागला. हौस म्हणून डिझाइनची साडी, पंजाबी ड्रेस आणि जिन्स वर शोभेल अशी वेगवेगळी ज्वेलरी वापरण्याकडे कल वाढला आहे.

रेडिमेड ज्वेलरी, एक ग्रॅम गोल्ड, रंगीत खडे, रंगीत मोती, ऑक्साइड, प्लॅटिनम यांचा वापर वाढला आहे आणि क्राफ्ट ज्वेलरी, नावाची मशिनरीचा वापर न करता हाताने बनवलेली ज्वेलरी ही नवी शाखा विकसित होत आहे.

पूर्वीच्या काळी भारतामध्ये सोन्याचा धूर निघायचा असे म्हणायचे. फक्त दागिन्यांविषयी लिहायचे म्हटले तरी अनेक पाने खर्च करावी लागतील. केशरचना करतानाच वेगवेगळी पदके केसांमध्ये वापरून सौंदर्य खुलवले जाई. नाग, चंद्र, सूर्य, स्वस्तिक, केवडा या चित्रांची पदके घालून आंबाडा सजवण्याची पद्धत होती. भांगामध्ये भागी, बिजवरा, बोर, बिंदी अशी आभूषणे लावली जात. कान टोचून घालायची कर्णभूषणे हे आपल्या संस्कृतीचे लक्षण मानले गेले. पेशव्यांच्या काळात मोत्याचे किंवा सोन्याचे मणी वापरून कुळ्या केलेली कुडी हे अलंकार प्रसिद्ध होते. झुंबर, बाली, वेल, बोकर, झुमके, कर्ण फुले अशी कर्णभुषणे प्रसिद्ध पावली. हाताचा विचार केला तर बोटावर घालायचे दागिने, दंडावर घालायचे दागिने, मनगटावर घालायचे दागिने

पूर्वीच्या अलंकारामध्ये धार्मिक प्रभाव होता. हीच अलंकाराची शैली नव्या रूपात टेंपल ज्वेलरी म्हणून भारतात नव्याने आली आहे. बहुतेक अलंकारांमध्ये आकार हे निसर्गातील पाने, फुले, देवदेवतांची चित्रे या आधारे बनवले गेले आहेत.

असे तीन ठळक प्रकार पडतात. पायामध्ये घालायचे पैंजण, पाळे, चाळ, तोरड्या व पायांच्या बोटांमध्ये घालायचे अंगुष्ठा, जोडवी, मासोळी, वेढणी असे अनेक प्रकारचे दागिने घातले जात. पायात घालायचे अनेक दागिने हे चांदीचे किंवा तांब्याचे असत. लहान मुलांच्या पायात तांब्याचे वाळे घालण्याची पद्धत आहे.

हिंदू संस्कृतीत मंगळसूत्र हा सौभाग्यवती स्त्रीचा महत्त्वाचा अलंकार आहे. मंगळसूत्रांनाच कंठा, गोफ, पोत, गुंठन, डोरले, बिरडे अशी अनेक नावे त्यांच्या प्रकारानुसार पडली. दंडावरच्या दागिन्यांमध्ये बाजूबंद, नागबंद, नागोडा, बाभी, तोळे बंद, वेढा असे अनेक चांदीचे दागिने मनगटांवर वापरायच्या पाटल्या, गोठ, गजरा, जंबे, बांगड्या असे दागिने वापरले जात; अलंकारांचे जग आता प्रचंड विस्तारले असून, 'ज्वेलरी डिझाईन' हे नवे करिअर बनू पाहत आहे. थेट शरीरामध्ये सर्जरी करून डायमंड, सोने, चांदी बसवण्यापर्यंत ही फॅशन पोहोचली. 'शरीर हा एक दागिना आहे' हे अनेक वर्षे आपण ऐकत असलेले सुभाषित मात्र शरीरावर दागिने बसवून मानवजात खोटे ठरवत आहे.

❖❖❖

३१.

बोलण्याच्या नाना तऱ्हा

गेल्या शंभर वर्षांत बोली भाषेमध्ये आणि माणसांच्या बोलण्याच्या तऱ्हांमध्येसुद्धा आमूलाग्र बदल झालेला आढळतो. असे म्हणतात की भाव व्यक्त करण्यासाठी आदी माणसे तोंडातून काही शब्द उच्चारत असत. अशा उच्चार केला गेल्या शब्दांना चिन्हे दिली गेली. अशा अनेक चिन्हांतून भाषेचे लिखाण सुरू झाले. अंदाजे ५० हजार वर्षांपूर्वी वेगवेगळ्या मानव समुदायांमध्ये भाषेमधील शब्द तयार होऊ लागले होते. सुमारे १० हजार वर्षांपूर्वी ते शब्द निरोप देण्याचे साधन म्हणून वापरले जाऊ लागले. 'भाषा' म्हणजे बोलणे यावरून भाषा ही व्याख्या निर्माण झाली. एका कुटुंबामध्ये बोलली गेलेली, एका गटामध्ये बोलली गेलेली, एका क्षेत्रामध्ये बोलली गेलेली भाषा म्हणजे कुटुंब बोली, गट बोली, प्रांत बोली ठरली.

दर बारा कोसांवर भाषा बदलते असे म्हणतात. जरी राज्यभर शालेय पुस्तके एकाच भाषेत असली तरी स्थानिक भाषेचा स्पष्टपणे प्रभाव दिसून येतो. त्यातून त्या त्या ठिकाणच्या बोली भाषेमध्ये उच्चार, शब्द, वाक्प्रचार, यामध्ये सतत बदल होत राहतो. १०० वर्षांपूर्वीची मराठी पुस्तके वाचली तर प्रमाण भाषेमध्ये शिकलेल्या आधुनिक पिढीतील मुलांना त्यातील बरेच शब्द कळणार नाहीत अशी परिस्थिती आहे. महाराष्ट्रामध्ये नागपुरी, वऱ्हाडी, अहिराणी, खानदेशी, मालवणी, कोकणी, मराठवाडी, झाडीबोली, करवडी, मराठी, अशा अनेक बोली भाषा बोलल्या जातात. आदिवासींमध्येसुद्धा गोंड, कातकरी, भिल्ली, कोरकू पावरा, कोकणी, मावची, माडीया आदी प्रमुख बोली भाषा आहेत. गोंड बोली ही सर्वाधिक बोलली जाणारी बोली भाषा आहे व तिला स्वतंत्र लिपीसुद्धा आहे. त्याचे पुरावेसुद्धा सापडले आहेत. भिल्ली

१९०३ ते १९२३नुसार लिंग्विस्टिक सर्व्हे ऑफ इंडियानुसार भारतात त्या वेळी १७९ भाषा व ५४४ बोली होत्या. १९६१च्या जनगणनुनेसार १६५२ भाषा बोलल्या जात होत्या. सुमारे २०० भाषा भारतात संपुष्टात येण्याच्या स्थितीला आहेत. महाराष्ट्राच्या वैभवामध्ये या बोली भाषेने अतिशय रंगत आणली आहे. मराठी साहित्य, मराठी सिनेमा, मराठी वृत्तपत्रे, त्या त्या भागातील स्थानिक नेतृत्व आणि सर्वसामान्य माणसाच्या जीवनात याच बोली भाषांनी रंगत आणली आहे. बोली भाषा संपल्या तर मूळ भाषेवर त्याचा आघात होईल हे भाषा तज्ज्ञ सांगतात, ते काही खोटे नाही.

बोली भाषा गुजरात, महाराष्ट्र, मध्यप्रदेश आणि राजस्थान या राज्यांमध्ये बोलली जाते. भुसावळ, जळगाव, रावेर भागात बहिणाबाई चौधरी यांच्या कवितेतून दिसणारी तावडी बोली बोलली जाते. उत्तर मध्य किनारपट्टीत आग्री बोली बोलली जाते तर कर्नाटकला लागून असणाऱ्या चंदगड भागात चंदगडी बोली भाषा बोलतात. ही कोकणी व कन्नड भाषेच्या प्रभावाने तयार झालेली बोली भाषा आहे.

जनगणनेनुसार भारतात मराठी, बोलणाऱ्यांची संख्या १० कोटींवर आहे. मराठी जगातली १९ व्या क्रमांकाची भाषा आहे. छोट्या छोट्या जमातींचीसुद्धा त्यांच्यामध्ये बोलण्याची भाषा आहे. भौगोलिक क्षेत्र सोडून त्या त्या जाती-जमातीमध्ये त्यांची जी बोली भाषा बोलली जाते त्या समूहानुसार शेकडो उपप्रकार पडतात. पावस (कोटली), नाथपंती, गामती, गामीतह (लाड), कोलामा खदुखनी, माडिया, मीरज, दखनी धामी, भिल्ली (खानदेश), कातकरी, कोटाली, गोला, कुचकोवेरी, भिल्ली निमार, मायवाडी, वारली, छप्परबंद, मांग गारुडी, म्हलार, जीप्सी बोली बजार, बागलाणी, कोकणा, घिसाडी, कोल्हारी, उर्दू मेहाली, गोसावी, म्हलार, कैकाडी, आगरी, गोंडी, जुवा, अहिराणी, डांगी, माहामा सिक्की, गुजरी, हलबी, पावरा, मठवाडी, नंदीवाले, चितोडीया, लेया पालीदार, कुडाळी, कोकणी, नंद भाषा, बदाडी, कोल्हापुरी, वाडवळी, नारायणी, बेळगावी, इत्यादी अनेक बोली भाषा बोलल्या जातात. सहजपणा व सोपेपणा हीच बोली भाषांची महत्त्वाची वैशिष्ट्ये आहेत.

वेगवेगळ्या ठिकाणी बोलल्या जात असलेल्या भाषा शब्द सोडून काही विशिष्ट भागामध्ये बोलण्याची एक विशिष्ट शैलीपण दिसून येते. अहमदनगरच्या काही भागात पहिल्यांदा प्रश्न विचारून आलेले उत्तर हेच प्रश्न म्हणून विचारण्याची पद्धत आहे

उदाहरण,

पहिला : येऊ का? काय करताय?

दुसरा : जेवण करतोय; या जेवण करायला!

पहिला : जेवताय व्हय?

तर कुकडी आणि घोड नदीच्या मधल्या बेटातल्या दहा-पंधरा गावांमध्ये प्रश्न विचारण्यात चॅलेंज करण्याची पद्धत आहे. पहिल्यांदा प्रश्न विचारणाराच उत्तराला चॅलेंज करतो.

उदाहरण,

पहिला : कुठे चालला आहे?

दुसरा : बँकेत चाललो आहे; कर्ज काढायचे आहे!

पहिला : कसलं डोंबल्याचं कर्ज काढतोय?

पहिला : कुठे निघाला?

दुसरा : बाजाराला.

पहिला : कसला बाजार करतो?

शाळा, नोकरी, दुकानात जाणाऱ्या प्रत्येक व्यक्ती बाबतीत सुरुवात आणि शेवट अशाच पद्धतीने होतो.

१९०३ ते १९२३नुसार लिंग्विस्टिक सर्व्हे ऑफ इंडियानुसार भारतात त्या वेळी १७९ भाषा व ५४४ बोली होत्या. १९६१च्या जनगणनुनेसार १६५२ भाषा बोलल्या जात होत्या. सुमारे २०० भाषा भारतात संपुष्टात येण्याच्या स्थितीला आहेत. महाराष्ट्राच्या वैभवामध्ये या बोली भाषेने अतिशय रंगत आणली आहे. मराठी साहित्य, मराठी सिनेमा, मराठी वृत्तपत्रे, त्या त्या भागातील स्थानिक नेतृत्व आणि सर्वसामान्य माणसाच्या जीवनात याच बोली भाषांनी रंगत आणली आहे. बोली भाषा संपल्या तर मूळ भाषेवर त्याचा आघात होईल हे भाषा तज्ज्ञ सांगतात, ते काही खोटे नाही. भाषा टिकली तर संस्कृती टिकेल, संस्कृती टिकली तर समाज आणि त्यातील मूल्यव्यवस्था टिकेल हे स्पष्टच आहे. जगण्यातली रंगत जाईल ती वेगळीच. नाही तरी... 'डोंगार, झाडी, हाटील...' यातली ती रंगत कायमस्वरूपी गमावून कसे चालेल?

❖❖❖

३२.

गप्पागोष्टींची खंडित झालेली परंपरा

गेल्या १०० वर्षांत आपल्या सर्वांत जवळच्या अशा गप्पागोष्टीमध्येसुद्धा केवढा बदल झाला आहे. मागच्या सर्व पिढ्यांचे बालपण हे गोष्टींनीच सुरू झाले होते. म्हणून आईकडून, आजी-आजोबांकडून ऐकलेली लाकूडतोड्याची गोष्ट हीच आपल्या सगळ्यांच्या आयुष्यातील पहिली गोष्ट होती. अगदी अलीकडे म्हणजे १९८०पर्यंत घरातल्या म्हाताऱ्या माणसांकडून लहान मुले गोष्टी ऐकत असत. ग्रामीण महाराष्ट्रातल्या वाडीवस्तीवर एखादे आजोबा असायचे आणि मुले झोपी जाईपर्यंत त्यांच्या गोष्टी ऐकत हुंकार देत बसायचे. गोष्टी सांगण्याची ही परंपरा अचानक खंडीत झाल्यासारखी जी वाटते ती मुख्यतः इंग्रजी माध्यमांच्या शाळांमुळे! मुलाची शाळेतील भाषा आणि आईची भाषा यात अंतर पडले आहे. लहान मुले जेव्हापासून इंग्रजी शाळेत जायला लागली तेव्हापासून ही परंपरा खंडित झाली आहे. गावाच्या पारावर, एस.टी. स्टॅण्डवर गप्पागोष्टी करणारे पूर्वी टोळकेच दिसत असे. या सगळ्या टोळक्यांमध्ये एकच वृत्तपत्र दिवसभर फिरत असे. आज मुंबईत काय घडले आणि दिल्लीत काय घडले याबद्दलच्या राजकीय गप्पा तासन्तास रंगत असत. मुंबईला कामाला असलेला गिरणी कामगार जरी एसटीने गावात उतरला तर त्याला चहा पाजून 'काय म्हणते मुंबई? मंत्रालय काय म्हणते?' असा प्रश्न विचारला जाई. तो गोदीत काम करणारा कामगार वर्षभरात एकदाही मंत्रालयात फिरकला नसला तरी मुंबईला काय चालले आहे, याची बातमी तो स्वतः प्रत्येक राष्ट्रीय नेत्याला ओळखतो अशा थाटात सांगत असे. तो खरे बोलतो की खोटे बोलतो याची चौकशी करण्याच्या भानगडीत कोणीही पडत नसे. सालकरी गडी, जमीन मालक, ज्येष्ठ म्हातारे लोक हेसुद्धा गोष्टीवेल्हाळ असत. गप्पागोष्टी करताना त्या खऱ्या असल्याच

पाहिजेत आणि खोट्या असल्या तर लगेच समोरच्याचा मुद्दा खोडला पाहिजे असा आजकाल सोशल मीडियावर दिसत असलेला अट्टाहास त्या काळी कुणी धरत नव्हता.

विद्यार्थीदशेत असताना आम्ही एकदा एका शेतकऱ्याच्या वस्तीवर गेलो होतो. तेव्हा त्यांच्याकडे एक फार मोठा शिकारी कुत्रा होता. तो अंगावर येईल अशी भीती वाटल्यामुळे आम्ही सगळे विद्यार्थी रस्त्यावरच उभे राहिलो होतो. तेवढ्यात तो शेतकरी घरातून बाहेर आला आणि आम्हाला म्हणाला, 'घाबरू नका!' त्यावर आम्ही त्याला तुमचा कुत्रा फार डेंजर दिसतो असे सांगितले. त्यावर तो शेतकरी म्हणाला, "भारताच्या मिलिटरीने दोनदा या कुत्र्याला मागितले होते, पण मी त्यांना नाही असे सांगितले!" आमच्या ग्रुपमधील एक विद्यार्थी विद्यापीठात परत येईपर्यंत खरंच हा कुत्रा भारताच्या मिलिटरीने मागितला होता का, असा प्रश्न विचारात होता. त्या मित्राला आम्हाला सांगावे लागले, की ही ग्रामीण भागातील बोलण्याची पद्धत आहे. अशाच गप्पा नातेवाइकांबरोबर, मित्र भेटल्यावर, गोष्टी रंगत असत. त्यामुळे जीवनामध्ये एक प्रकारचा आनंद निर्माण होत असे. हसतखेळत माणसे एकमेकांच्या गुणांवर आणि अवगुणांवर टीका करीत असत.

समान वयाचे लोक आता भेटेनासे झाले आहेत. माणूस एकलकोंडा होत गेला आहे. त्याच्या मनात आत्महत्येचे विचार येतात तो प्रथम एकलकोंडा राहायला लागतो व तसतसा तो एकांतवासात एकटाच विचार करीत बसतो. त्यानंतर आत्महत्येला परावृत्त होतो असे म्हणतात. गावात राहणारी माणसे शेतामध्ये, मळ्यामध्ये राहायला गेल्यावर स्वतंत्र बंगले बांधून राहू लागली आहेत. त्यामुळे बंगल्याचे दरवाजे उघडून आवर्जून एकमेकांशी संवाद होत नाही. माणसे कुठल्यातरी निमित्ताने एकमेकांच्या घरामध्ये न जाता रस्त्यावर येऊन तासन्‌तास बोलताना आपण पाहतो.

जी गंमत गप्पांची होती तीच गोष्टींची. पण गोष्टी या संस्कृती, इतिहास आणि मूल्ये यांना लोकांशी जोडणारा दुवा असतात. पूर्वीच्या काळी अनेक मोठमोठे विचारवंत सभांमधून व परिषदांमधून जनतेला समजून सांगतांना बोधकथांचा आधार घेत. विनोबा भावे हमखास गोष्टी सांगून संवाद साधत असत. अब्राहम लिंकन हे महत्त्वाच्या राष्ट्रीय मुद्द्यांवर संवाद साधताना समाजात घडलेल्या बोधकथा सांगत असत. आजही गोष्ट म्हटली की लहान मुलांपासून आबालवृद्धांपर्यंत सर्वांचे कान टवकारले जातात. इसापनीती, हितोपनिषद, अकबर बिरबलाच्या गोष्टी, या गोष्टीरूप वाङ्मयाने पिढ्यान्‌पिढ्या घडल्या आहेत. चिऊ-काऊच्या गोष्टी, चल रे भोपळ्या टुणुकटुणुक, बुडबुड घागरी, लहानपणापासून उंदीर, गरुड, घुबड यांच्या गोष्टी, थोडे मोठे झाल्यावर घोड्यावरील राजकुमार, नल-दमयंती, तहान-भूक लाडूच्या, राक्षसाच्या आणि चेटकिणीच्या गोष्टी ऐकत आपले कान तृप्त होत असत. नंतर बोधकथा आणि मग शौर्यकथा. छत्रपती

गोष्टी या संस्कृती, इतिहास आणि मूल्ये यांना लोकांशी जोडणारा दुवा असतात. पूर्वीच्या काळी अनेक मोठमोठे विचारवंत सभांमधून व परिषदांमधून जनतेला समजून सांगतांना बोधकथांचा आधार घेत. विनोबा भावे हमखास गोष्टी सांगून संवाद साधत असत. अब्राहम लिंकन हे महत्त्वाच्या राष्ट्रीय मुद्द्यांवर संवाद साधताना समाजात घडलेल्या बोधकथा सांगत असत. आजही गोष्ट म्हटली की लहान मुलांपासून आबालवृद्धांपर्यंत सर्वांचे कान टवकारले जातात.

शिवाजी महाराज आणि महाराणा प्रताप यांच्या कथा ऐकून स्फूर्ती मिळत असे. शाळेत जायला लागल्यावर टोपी विकणाऱ्या माणसाची व माकडांची गोष्ट, ससा-कासवाच्या शर्यतीची गोष्ट ऐकत मुले मोठी होत. हमखास रेल्वे स्टेशनवर चांदोबा घेऊनच मुले आई-वडिलांबरोबर प्रवासाला निघत. दिवसभर खेळून दमलेली मुले आईच्या मांडीवर गोष्ट किंवा अंगाई गीत ऐकतच झोपी जात. दूरदर्शनवरदेखील मराठीमध्ये गावाकडच्या गप्पा या मानसिंग पवार यांच्या कार्यक्रमामध्ये किंवा शांता शेळके आणि सरोजिनी बाबर यांच्या गोष्टीरूप संवादाच्या गोष्टी ग्रामीण महाराष्ट्रात अतिशय प्रसिद्ध झाल्या होत्या. गेल्या शतकामध्ये झालेल्या बदलामध्ये एकमेकांमधल्या गप्पापण कमी झाल्या आणि गोष्टीही कमी झाल्या, असे निर्विवादपणे म्हणता येईल. ऑडिओ बुक्समुळे हा हरवलेला आनंद परत येईल का?

❖❖❖

३३.
वादविवादाचे बदलते स्वरूप

गेल्या १०० वर्षात गावातील वादविवादाचे स्वरूपसुद्धा बदललेले आहे. ब्रिटिशांनी विविध कायदे करताना माणसांच्या वर्तणुकीचा अभ्यास केला आणि त्यावर नियंत्रण ठेवण्यासाठी त्या काळात न परवडणाऱ्या आर्थिक दंडाच्या तरतुदी केल्या. सुरुवातीच्या काळात ग्रामीण भागात मुख्यतः जमीन कसण्यावरून, कर देण्यावरून, पाण्याचे पाट फोडल्यावरून, झाडे तोडण्यावरून किंवा पीक कापून नेण्याच्या संदर्भात मोठ्या प्रमाणावर भांडणे असायची. सुरुवातीला सगळी भावकी चर्चा करून अशा प्रश्नांवर नियंत्रण ठेवण्यासाठी तोंडी आदेश देत असे. पीक करपायला लागल्यावर स्वतःच्या विहिरीवरची पाण्याची पाळी गरजेनुसार मागे पुढे व्हायची. आदल्या दिवशी पाण्याची पाळी आहे त्याने विहिरीतील सर्व पाणी काढून घेतल्यावर दुसऱ्या दिवशी शेतकऱ्याला विहिरीत पाणी उरायचे नाही. बागायतीमध्ये दुसऱ्याचे बैल चरल्यावर होणारे नुकसान, जाताना-येताना जनावरांनी केलेली वर्दळ, गंजीवरच्या ज्वारी, बाजरीच्या पेंढ्यांची चोरी अशा स्वरूपाचे वाद असत. 'ज्याने त्याने आपली जमीन वहीत करावी, आपल्या जमिनीबाहेर वहीत करू नये' अशी नीती म्हणून सांगितली जायची. परंतु दुसऱ्यांचे नुकसान हाच आपला फायदा ही वृत्ती शेतकरी कुणब्यांमध्ये फार पूर्वीपासून होती.

बहुसंख्य शेती अवजारे तेव्हा लाकडी होती. त्यामुळे नवे अवजार करताना सुताराला लाकूड नेऊन द्यावे लागे. हे काम शेतकऱ्यांसाठी बलुतेदारीतील लोक करीत. त्याकाळी सरकारी आणि वन जमिनीवर वनरक्षक फारसे नसत. त्यामुळे भटकी जनावरे सर्रास वनजमिनीत चारली जात. शिवाय येताना लाकूडफाटाही आणला जाई. अशा पद्धतीने शेतकऱ्याच्या काळ्या आईवर गावातले अनेक जाती-जमाती, बलुते, आलुते

जगत असत. एकमेकांच्या शेतात गुरे सोडणे, ती चोरून चारणे, सुड्या पेटवणे, गुरांना विषप्रयोग करविणे, लुच्चेलफंग्यांना बगलेत मारून शेतात चोऱ्या करणे, चोरलेला शेतीमाल खरेदी करणे असे असंख्य अवगुण त्या काळी होते. कोणी रागारागाने कोंडवाड्यात जनावरे दिल्यास ते सोडवून आणण्यासाठी त्याच्या मालकांना दंड भरावा लागे. कोंडवाडे मुख्यतः ग्रामपंचायतीच्या ताब्यात असत. पुढे पुढे गरजा मागे पडल्या आणि माणसे हुशार आणि बेरकी झाली. बेजबाबदार लोक सर्रास जनावरे मोकळी सोडून देत. अशी जनावरे कोंडवाड्यात ठेवली तर जनावरांचा खाण्यापिण्यासाठी खर्च ग्रामपंचायतीला करावा लागे. शिवाय कायमस्वरूपी जनावरे सांभाळण्याची जबाबदारी ग्रामपंचायतीवर येई. एकदा एका गावातील रेड्याचे प्रकरण कित्येक महिने चालले आणि ५५ रुपयांच्या रेड्यापोटी गावाचे ८५० रुपये खर्च झाले. सुरुवातीच्या काळातील भांडणाचे स्वरूप पाहिल्यास फार किरकोळ मुद्द्यांवरून पण नैतिक मुद्दा उपस्थित करून माणसे वाद घालीत असत. चोरीचेसुद्धा त्या काळामध्ये अनेक गुन्हे होत असत. ऋग्वेदात दुसऱ्याची गुरे पळविणे हा त्या काळात चोरीचा मुख्य प्रकार होता, असे म्हटले आहे. अथर्व वेदामध्ये लांडगे, वाघ आणि चोर यांचा त्रास चुकविण्यासाठी त्या काळात पैसे कमी पाहायला मिळत. त्यामुळे मालाची चोरी हा नेहमी घडणारा गुन्हा असे. त्यामुळे सावकारीलाही महत्त्व होते. प्राचीन काळी चोरीच्या गुन्ह्याला मृत्युदंडाची कडक शिक्षा दिली जाई. देवाच्या समोर शपथ घ्यायला लावून किंवा काहीतरी अचाट दिव्य करायला लावून चोरी केली नाही हे सिद्ध करायला लावले जात असे. चोरी सापडल्यास मूळ मालकाला मुद्देमाल परत दिला जाई. परंतु गावातील लोकांनी ठरावीक वेळात चोराचा शोध न लावल्यास सर्व गावावर दंड बसविला जाई व चोरीची भरपाई करून घेतली जात असे. या काळात जप्ती करणे सर्वसाधारण बाब मानली जात असे. जमिनीचा महसूल भरण्यात कसूर झाला तर घरोघरी जाऊन जंगम मालमत्तेची जप्ती होत असे. जप्ती करताना १९५०-६०पर्यंत सर्रास पितळी हंडा, कळशी, मोठी भांडी जप्त केली जात असत.

अनेक तहसील कार्यालयाच्या रेकॉर्ड रूममध्ये जमीन महसुलापोटी हा दहा-वीस किलो वजनाचा हंडा जप्त केल्याची नोंद त्या हंड्यावरच लिहिलेली सापडते. बाडबिस्तरा व स्वयंपाकाची भांडी जप्त केली जात नसत. आर्थिक कुवत मर्यादित असल्यामुळे जामीन घेण्याची पद्धत फौजदारी आणि दिवाणी न्यायालयात सर्रासपणे वापरली जायची. प्रतिष्ठित लोकांनी जामीन दिल्याशिवाय चॅप्टर केसमध्ये सुटका व्हायची नाही. शांततेचा भंग करणाऱ्या लोकांविरुद्ध, कोणत्याही मारामारीत एकापेक्षा अनेक लोकांचा संबंध असला तर विरोधी पक्षाच्या जातीच्या किंवा धर्माच्या लोकांची जामीन घेण्याची अट ठेवली जाई. जोपर्यंत जामीन देत नाही तोपर्यंत लोक जेलमध्ये

शेतकऱ्याच्या काळ्या आईवर गावातले अनेक जाती-जमाती, बलुते, आलुते जगत असत. एकमेकांच्या शेतात गुरे सोडणे, ती चोरून चारणे, सुड्या पेटवणे, गुरांना विषप्रयोग करविणे, लुच्चेलफंग्यांना बगलेत मारून शेतात चोऱ्या करणे, चोरलेला शेतीमाल खरेदी करणे असे असंख्य अवगुण त्या काळी होते. कोणी रागारागाने कोंडवाड्यात जनावरे दिल्यास ते सोडवून आणण्यासाठी त्याच्या मालकांना दंड भरावा लागे. कोंडवाडे मुख्यतः ग्रामपंचायतीच्या ताब्यात असत.

बसत. चॅप्टर केसमध्ये ब्रिटिश अधिकारी हे बऱ्याच वेळा एका तालुक्यातून त्या जिल्ह्यातील लांबच्या ठिकाणी आरोपीला हजेरी लावायला सांगत. त्यामुळे मारामारी करण्यापेक्षा तारखांना हजर राहण्यामध्ये व जाण्या-येण्यात बराच पैसा खर्च व्हायचा व शेवटी कंटाळून माणूस चूक तरी कबूल करायचा किंवा वैयक्तिक जातमुचलका द्यायला तयार व्हायचा. त्या काळी खुनासारखे गुन्हे फार कमी वेळा होत. आता मात्र गुन्हेगारीमध्ये प्रचंड वाढ झाल्याचे जाणवते. कुणाचाच धाक कुणाला न राहिल्यामुळे हे होत असावे का?

❖❖❖

३४.

बदललेली माणसं

महाराष्ट्राच्या बदलत्या ग्रामीण जीवनाचा अभ्यास करताना घटना, वस्तू, परिस्थिती, साधने यांचाच फक्त विचार करता येणे अवघड आहे. माणसेसुद्धा बदलली हे प्रत्येकाला मान्य करावे लागेल. एकोणविसाव्या शतकाच्या सुरुवातीला माणसं आताच्या तुलनेत साधी व अडाणी होती. आयुष्य फार गुंतागुतीचे नव्हते. सगळे प्रश्न शिक्षणाने सुटतील असे त्या वेळी तज्ज्ञांचे मत होते. एवढ्या वर्षांत माणूस शिकत गेला, पदव्या मिळवत गेला. माणूस शिकला तेव्हा माणूस अधिक गुंतागुंतीचा झाला असे निदर्शनास येते. याचे निश्चित असे कारण सांगता येणे अवघड आहे. दिलेला शब्द पाळणारी माणसे हे भारताचे वैशिष्ट्य होते. एखादा दिलेला शब्द म्हातारी माणसं पाळण्यासाठी मरेपर्यंत कासावीस होताना पाहायला मिळत. साठेखत करून दिलेली जमीन माझ्या मरण्यापूर्वी लवकर खरेदी खत करून घ्या, असे सांगणारी पिढी आता इतिहासजमा झाली आहे. आता वडील हॉस्पिटलला असून, हॉस्पिटलच्या खर्चाचे पैसे दिल्यास मी माझी जमीन लिहून देईन असा सांगणारा माणूस दहा लोकांकडून उचल घेऊन सगळ्यांना नंतर कोर्टात जायला भाग पाडत आहे. हे वर्तन केवळ जमिनीच्या व्यवहारांच्या बाबतीत दिसत नसून जन्माच्या नोंदी, शाळेचे ॲडमिशन, लग्न जमवणे, जागा विकणे, घर भाड्याने देणे अशा विविध स्वरूपांत दिसू लागले आहे. प्रचलित सायबर गुन्ह्यांचे विविध प्रकार पाहता महिलांच्या नावाने सोशल मीडियावर अकाउंट उघडण्यापासून, कुठलेच कष्ट न करता कोट्यवधीची लॉटरी लागली अशी बतावणी करेपर्यंत ही मजल गेली आहे. चोरांची पण पद्धत बदलली असून, स्व:ताच्या घरात बसून व दुसऱ्यांच्या घरात न जाता त्यांच्या बँकेतून पैसे काढण्याची अत्याधुनिक कला माणसांनी साधली आहे.

बलुतेदारीच्या काळात लोक हक्काने आपले बलुते मागत होते. त्या वेळीसुद्धा शेतकऱ्यांना बळजबरीने मागणारे लोक आवडत नव्हते. पण आता राजीखुशीने, कुठलेच कष्ट न पडता माणसे जाहिरातीला भुलून आभासी दुनियेमध्ये, कधीच न पाहिलेल्या माणसाला स्वतःहून खुशाल आपल्या बँकेतला पैसा दुसऱ्याच्या अकाउंटमध्ये जमा करत आहेत. मागच्या पिढीत प्रांजळपणे 'आपलं डोकं चाललं नाही. त्यामुळे मी जास्त शिकलो नाही!' असं म्हणणारा माणूस उत्क्रांत झाला आहे, आणि स्वतःचेच गुण मनाने वाढवून खोटी मार्कशिट कशी तयार करता येईल यावर संशोधन करत आहे. जीवनातल्या जवळपास सर्व क्षेत्रांमध्ये माणसाच्या या विकृतीचे रंग दिसू लागले आहेत.

आता सगळाच प्रवास काही चुकीच्या दिशेने सुरू आहे, असे म्हणता येत नाही. माणूस ज्ञानाने अधिक समृद्ध झाला आहे. आंतरराष्ट्रीय पातळीवर शिक्षण घेताना गुंतागुंतीचे जीवन जगायला तो नाकारत आहे. अनेक माणसे आपल्यापेक्षा दुसऱ्यांना मदत करण्याचा प्रयत्न करीत आहेत. सामाजिक संस्थांना अधिक डोळसपणे मदत करण्याची भूमिका घेतली जात आहे, नव्या पिढीमध्ये सरळ व्यवहार करून स्वतःच्या हिमतीवर मोठे होण्याचा मानसदेखील वाढत आहे. तरुणांची नवी पिढी वृत्तपत्रे कमी वाचत असली, तरी अद्यावत माहिती स्वतःकडे बाळगणारी आहे. ही पिढी अधिक चौकस, सहजपणे कोणावर विश्वास न ठेवणारी आणि प्रयोगशील आहे. शिक्षणाच्या शाखा निवडताना भविष्यातील फायदे, तोटे यांचा विचार करून निर्णय घेण्याकडे त्यांचा कल आहे. अनेक तरुण आपापल्या पद्धतीने गावातील सुधारणांकडे लक्ष देत आहेत. तर काही जण माजी विद्यार्थी संघटनेमार्फत शाळांना मदत करीत आहेत. होतकरू मुला-मुलींच्या शिक्षणासाठी मदत करणाऱ्यांची संख्यासुद्धा प्रचंड आहे. सामाजिक संस्थेच्या व स्वयंसेवी संघटनांमार्फत अनेक लोक चांगले काम करण्याच्या प्रयत्न करीत आहेत. एकोणिसाव्या शतकाच्या सुरुवातीला फक्त जगण्याची भ्रांत आता संपुष्टात आली आहे.आपल्या प्रगतीनंतर अनेक लोकांना मदत करण्याचा प्रयत्न प्रत्येक जण आटोकाटपणे करत आहे.

सर्व समाजच आता कौटुंबिक व्यवस्थेकडून व्यक्तीवादाकडे झुकू लागला. पाश्चिमात्य जगाचा त्याच्या जगण्यावर मोठा प्रभाव पडत आहे. आई-वडिलांनासुद्धा स्वतःचा मुलगा किंवा मुलीच्या खोलीत जाताना दरवाजा नॉक करून व परवानगी घेऊन जाण्याची संस्कृती हळूहळू रुजू पाहत आहे. स्वतःची सून किंवा मुलगी घराबाहेर पडताना कुठे चाललीस, असे विचारणे हे असभ्यपणाचे मानले जाऊ लागले आहे. एकेकाळी मुलगा पाहायला गेल्यावर, चारचौघांत मुलाला पगार किती आहे असे विचारले जात होते, ते आता दुसऱ्याचा पगार विचारणे हे सुशिक्षितपणाचे लक्षण नसल्याचे मानले जात आहे. हा माझा सावत्र भाऊ आहे असे वारसनोंदीच्या वेळी प्रतिज्ञापत्रावर

तरुणांची नवी पिढी वृत्तपत्रे कमी वाचत असली, तरी अद्यावत माहिती स्वत:कडे बाळगणारी आहे. ही पिढी अधिक चौकस, सहजपणे कोणावर विश्वास न ठेवणारी आणि प्रयोगशील आहे. शिक्षणाच्या शाखा निवडताना भविष्यातील फायदे, तोटे यांचा विचार करून निर्णय घेण्याकडे त्यांचा कल आहे.

लिहिणारा माणूस दिसेनासा झाला आहे व सावत्र भावाला हा माझा भाऊच नाही किंवा मी त्याला ओळखत नाही, असे ॲफिडेव्हिटवर सांगत आहे. त्याचा गावगाडा तुटला आहे; परंतु शहरात माणूस रमला नाही, अशी स्थिती आहे. सरंजामशाही व्यवस्थेपासून सुरुवात होऊन औद्योगिक क्रांतीतून भांडवलशाहीकडे वाटचाल सुरू आहे. प्रचंड वेगाने शहरीकरण वाढत आहे. गावगाड्यात त्याला असलेली ओळख मागे टाकून स्वत:च्या प्रगतीसाठी शहरात आलेला माणूस शहरात आपला चेहरा हरवून बसला आहे.

इंग्लंडमधील एका स्मशानभूमीत एक पाटी आहे. त्यामध्ये ठळक अक्षरात 'या इथे शांतपणे बसा, येथे तुम्हाला कोणी त्रास देणार नाही, हीच माणसे जिवंत असती, तर तुम्हाला येथे बसता आले नसते,' असे लिहिले आहे. बदलणाऱ्या माणसांवर यापेक्षा बोलके भाष्य काय असेल?

❖❖❖

३५.

उपोषण, धरणे आणि मोर्च्यांतील बदल

गेल्या १०० वर्षांत उपोषण, धरणे आणि मोर्चे यांच्या स्वरूपामध्ये आमूलाग्र बदल झालेला आहे. याचा वापर मुख्यतः कोणत्या तरी मागणीसाठी किंवा एखादी गोष्ट करू नये यासाठी होतो. स्वातंत्र्यानंतर मात्र वैयक्तिक स्वरूपाच्या मागणीसाठी धरणे आंदोलन आणि आमरण उपोषण अशा बॅनरखाली मोठ्या संख्येने आंदोलने होतात. महात्मा गांधी जेव्हा परकीय सत्तेविरुद्ध उपोषणाला बसत, तेव्हा सारा भारत देश चिंताग्रस्त व्हायचा. यामागे गांधीजींचे नैतिक अधिष्ठान हे मूळ कारण होते. सोशल मीडिया नसलेल्या व टेलिफोन, दूरदर्शन नसलेल्या त्या काळात 'गांधीबाबा उपोषणाला बसलेत' म्हणून महाराष्ट्राच्या ग्रामीण भागातून अनेक लोक एक वेळचा उपवास करत. गांधीजींच्या मृत्यूनंतरसुद्धा लोकांनी एक वेळेचे जेवण किंवा गोड खायचे बंद केल्याची हजारो उदाहरणे आहेत. महात्मा गांधींचा उपोषण करतानाचा जो मनोनिग्रह आहे त्याची क्वचितच प्रचिती आता कलेक्टर ऑफिससमोर बसणाऱ्या स्वातंत्र्यानंतरच्या उपोषणांमध्ये आढळते.

पश्चिम महाराष्ट्रातील एका जिल्ह्यात तालुका पातळीवर एक माणूस स्वतःला दोन एकर गायरान जमीन मिळावी, म्हणून दरवर्षी उपोषणाला बसायचा व कोणतेतरी आश्वासन पदरात पाडून घ्यायचा. एकदा त्याने तहसील कार्यालयासमोर बायकोसह उपोषणास बसायचे ठरवले. नेहमीच्या पद्धतीने त्याने तशी नोटीस तहसीलदारांना दिली. त्याने बायकोला 'दोन तासांसाठी माझ्या बरोबर चल' असे सांगून तहसील कार्यालयासमोर तो उपोषणाला बसला. उपोषणाला बसताना तहसीलदारांनी त्याला समजावून सांगितले की, 'केवळ एक व्यक्ती अर्ज करतो म्हणून त्याला जमीन द्यायची असे'

करता येत नाही. शिवाय गायरान जमीन ही सार्वजनिक कामासाठी ठेवलेली असते. परंतु तो काही ऐकण्याच्या मनःस्थितीत नव्हता. तहसीलदारांनी फौजदारांना सांगून तो उपोषणाला बसला त्या ठिकाणी त्याच्यावर नजर ठेवायला सांगितले. दुपारनंतर भूक लागल्यावर त्याची चुळबुळ सुरू झाली. एक-दोन वाजता बायकोने त्याला 'तुला काही कळत नाही, उगाच इथे आणून बसवतो, घरी मुले उपाशी आहेत,' असे सांगून ती दुपारी घरी निघून गेली. त्याच संध्याकाळी स्वच्छतागृहात गेल्यावर शेंगदाणे आणि फुटाणे खाताना पोलिसांनी त्याला पकडले. तब्बल १० वर्षांनंतर तो उपोषण करायचा बंद झाला तो कायमचाच!

स्वातंत्र्याच्या पूर्वी उपोषण करताना मुख्यतः सामाजिक प्रश्न, भारतीय समाजावर होणाऱ्या अन्यायाविरुद्ध मागितली जाणारी दाद, सैद्धान्तिक मुद्द्यांवर धरणे किंवा मोर्चे अशी आंदोलने होत. गेल्या १०० वर्षांतला बदल हा जाणवत आहे, की हल्ली मोर्च्यातल्या अनेक लोकांना कशासाठी मोर्चा काढला आहे हेसुद्धा सांगता येत नाही. अनेक ठिकाणी ३०० ते ४०० रुपये मजुरीवर माणसे आणून मोर्च्यात सामील केल्याचे आरोप होतात. इलेक्ट्रॉनिक मीडियाचा वार्ताहर मोर्च्यात चालणाऱ्या लोकांना जेव्हा विचारतो त्या वेळी मोर्च्याचे कारणच त्यांना सांगता येत नाही असे अनेकदा स्पष्ट होते. गेल्या १०० वर्षांत महाराष्ट्रामध्ये अनेक ऐतिहासिक मोर्चे, सत्याग्रह, धरणे, आंदोलने, उपोषणे झाली. त्यामध्ये १९४२चे 'चले जाव आंदोलन,' साने गुरुजींनी विठ्ठल मंदिरात दलितांना प्रवेश मिळावा यासाठी मे १९४७मध्ये पंढरपूर येथे केलेले उपोषण यांचा समावेश होतो. मुंबईमध्ये झालेला टॅक्सीचालकांचा संप आणि कामगार चळवळींनी केलेली आंदोलने, संयुक्त महाराष्ट्राच्या चळवळीत झालेली प्रचंड मोठी आंदोलने, शरद जोशी यांनी शेतकऱ्यांच्या प्रश्नावर केलेली आंदोलने अशा काही महत्त्वाच्या आंदोलनांचा उदाहरण म्हणून उल्लेख करता येईल.

हल्ली सर्व मोर्च्यांचे रान हे सोशल मीडियावरून पेटवले जाते. प्रथम व्हॉट्सॲप, फेसबुक, यू-ट्यूबवर एखाद्या विषयावर मत मांडून पेटून उठण्याचे आवाहन केले जाते. त्याला पूरक भूमिका एकाच वेळी वेगवेगळ्या प्रदेशात, भाषेत घेतली जाते. त्यानंतर कधी कधी कँडल मोर्चा, मूक मोर्चा, धरणे आंदोलन अशा स्वरूपात मोर्चा प्रकट होतो. आता आंदोलने थोडे मार्केटिंगचा आधार घेत अधिक सुनियोजित पद्धतीने होऊ लागली आहेत.

मोर्चा हेदेखील हत्यार अनेक वेळेला उपसले जाते. त्याला जोडून जर शहर, जिल्हा, राज्य किंवा देश बंद करण्याचे आवाहन केले तर अजून त्यांची व्याप्ती वाढते. आंदोलनाचे नेतृत्व करणारे नेते जर परिपक्व व जबाबदार असतील तर काही आंदोलने यशस्वी होतात. मात्र काही आंदोलने सपशेल फसतात. काही मुद्द्यांवर आग्रह धरून व काही मुद्दे सोडून देऊनच वाटाघाटी यशस्वी होतात. कधी कधी मात्र युद्धात जिंकून तहात हरल्यासारखे होऊ शकते. एका जिल्ह्यात अवैध वाळूचोरीसंबंधी एक प्रचंड मोर्चा

मोर्चा हेदेखील हत्यार अनेक वेळेला उपसले जाते. त्याला जोडून जर शहर, जिल्हा, राज्य किंवा देश बंद करण्याचे आवाहन केले तर अजून त्यांची व्याप्ती वाढते. आंदोलनाचे नेतृत्व करणारे नेते जर परिपक्व व जबाबदार असतील तर काही आंदोलने यशस्वी होतात. मात्र काही आंदोलने सपशेल फसतात. काही मुद्द्यांवर आग्रह धरून व काही मुद्दे सोडून देऊनच वाटाघाटी यशस्वी होतात. कधी कधी मात्र युद्धात जिंकून तहात हरल्यासारखे होऊ शकते.

काढण्यात आला. सकाळी ११ वाजता जिल्हाधिकारी यांच्याबरोबर शिष्टमंडळाची चर्चा सुरू झाली. रात्रीचे नऊ वाजले, बाहेर मोर्च्यातले लोक असह्य होत होते. शेवटी रात्री ११ वाजता नेत्यांनीच कलेक्टरला, 'आपण पुढच्या वेळी राहिलेल्या मुद्द्यांवर चर्चा करू' असे सांगितले. पण कलेक्टर त्यांना म्हणाले, 'काही करून आजच सर्व मुद्दे संपवू या!' शेवटी शिष्टमंडळातील भुकेने व्याकूळ झालेल्या लोकांना आपण कशासाठी मोर्चा आणला होता तेच समजेना! आपल्या देशात अशा विषयांचे प्रशिक्षण देणारे पदवी व पदव्युत्तर कोर्स काढले तर जगभरातील सर्व नेत्यांची मुले प्रवेश घेतील व अगाध ज्ञान प्राप्त करतील असा विचार मनात आल्याशिवाय मनातील आंदोलन संपत नाही हे मात्र खरे!

❖❖❖

३६.

टपाल सेवेतील स्थित्यंतरे

एकमेकांना निरोप देण्यासाठी वापरात असलेली टपाल व्यवस्था गेल्या १०० वर्षांमध्ये आमूलाग्र बदलली आहे. वॉरेन हेस्टिंग यांनी १७६६मध्ये भारतात फक्त 'ईस्ट इंडिया' कंपनीच्या कामासाठी 'कंपनी मेल' नावाने पोस्टल सेवा सुरू केली. सुरुवातीला टपालाची सेवा देण्यासाठी तिकिटे नव्हती. त्यामुळे धातूचे टोकन शिक्का मारण्यासाठी वापरण्यात येत होते. भारतीय टपाल कायदा १८३७मध्ये आला. त्यात बऱ्यापैकी सुधारणा करून लॉर्ड डलहौसीने १ ऑक्टोबर १८५४ रोजी भारतीय डाक विभागाची स्थापना केली. १८५४पासून चिकटवता येतील अशी टपाल तिकिटे वापरात आली. एकोणिसावे शतक सुरू झाले त्या वेळेपर्यंत टपाल व्यवस्था भारतात स्थिरावली होती. ग्रामीण भागावर या व्यवस्थेचा अतिशय प्रभाव होता. जवळच्या गावांपर्यंतचा निरोप ओळखीच्या माणसांमार्फत दिला जायचा. परंतु त्यापेक्षा जास्त लांब अंतरावर फक्त टपाल खाते निरोपाचे एकमेव साधन होते. सुरुवातीला अर्धा आणा आणि दोन आणा यांची तिकिटे वापरण्यात आली. पोस्ट कार्ड हा सर्वांत जास्त वापरला जाणारा प्रकार होता. त्या काळात फार कमी लोकांना लिहिता वाचता येत असल्यामुळे सर्रासपणे शिक्षकांची किंवा पोस्ट ऑफिसमध्ये काम करणाऱ्या कर्मचाऱ्यांची पत्रे लिहिण्यासाठी मदत घेतली जायची. अनेक वर्षांनी आंतरदेशीय पत्रांचादेखील वापर वाढला. त्यामध्ये मजकूर सीलबंद असायचा.

साधारणपणे १९६०-७०पर्यंत पोस्टाच्या बाहेर निरक्षर लोकांना पत्र लिहायला मदत करण्यासाठी किरकोळ रक्कम घेऊन पत्रे लिहून देणारी माणसे बसलेली असायची. त्यांचा उदरनिर्वाह त्या कामावरच चालायचा. माहेरी बाळंतपणाला गेलेल्या पत्नीचा

निरोप प्रसूती झाल्यावर एक-दीड महिन्याने पोस्टामार्फत तिच्या नवऱ्याला मिळे. बोलण्याच्या ओघात कार्डवर उरणारी जागा पाहून, आता फार जागा उरली नाही हे पाहून 'सगळे मुद्दे संपले का,' अशी विचारणा लिहिणारा करत असे. 'हा आता एवढंच सांगायचं आहे.' असे सांगून पत्र लिहून झालं तरी नंतर एखादा मुद्दा सुचायचा आणि त्याला 'ता.क.' म्हणजे ताजा कलम असे टपालाच्या शेवटी लिहून बारीक अक्षरात राहिलेला मुद्दा लिहिला जायचा. अति आवश्यक असेल तरच लोक पूर्वी पत्र लिहीत असत. वसतिगृहात शिकणारी मुले आईवडिलांना पैसे पाठवून देण्यासाठी, कोणाचा जन्म झाल्यास आनंदाची बातमी देण्यासाठी, कोणाचे निधन झाल्यास दुःखद बातमी देण्यासाठी आणि दर तीन-चार महिन्यांनी फक्त खुशाली कळविण्यासाठी पत्रव्यवहार होत असे.

मर्यादित शब्द व तातडीचा निरोप देण्यासाठी तार केली जायची. ही सेवा भारतात १८५१मध्ये सुरुवात झाली. बहुतेक वेळा जवळचा माणूस सीरियस झाल्यावर किंवा मयत झाल्यावर तार पाठवली जायची. कधी कधी तार आली एवढ्या निरोपावरच माणसे मजकूर न वाचताच घाबरून जायची. काही लोक कोणाला कळू नये म्हणून गूढ भाषेत तार करत असत व वाचणाऱ्याला त्याचा अर्थ वेगळा व ज्याला निरोप द्यायचा आहे त्याच्यासाठी वेगळा अर्थ असे. एकदा बाहेरगावी दौऱ्यावर गेलेल्या एका माणसाने घरी तार केली व त्यात, 'योजना पहिलीतून दुसरीत ठेवली आहे,' असा मजकूर लिहिला. पोस्टमनने तार त्याच्या पत्नीला देताना, 'तुमची मुलगी योजना

कमी वेळेत पत्ता न वाचता आलेल्या कोट्यवधी टपालांचे वर्गीकरण सोपे व्हावे म्हणून पिन कोड वापरात आला. श्रीराम वेलणकर या पोस्ट खात्यातील मराठी अधिकाऱ्याने भारतात पहिल्यांदा पिन कोड पद्धत आणली.

पहिलीतून दुसरीत गेली आहे,' असे वाचून दाखवले. योजना नावाची मुलगी नसलेल्या पत्नीला त्याचा अर्थ समजला. घरखर्चाला दिलेली रक्कम पहिल्या पिशवीतून काढून दुसऱ्या पिशवीत ठेवली आहे असा त्याचा खरा अर्थ होता.

कमी वेळेत पत्ता न वाचता आलेल्या कोट्यवधी टपालांचे वर्गीकरण सोपे व्हावे म्हणून पिन कोड वापरात आला. श्रीराम वेलणकर या पोस्ट खात्यातील मराठी अधिकाऱ्याने भारतात पहिल्यांदा पिन कोड पद्धत आणली. बहुसंख्य लोकांना पिन कोड कोणता आहे हे माहिती नसल्यामुळे पत्ता म्हणून जिल्हा आणि गावाचे नाव टाकत असत. त्यातही अक्षर चांगले नसेल, तर आणखी गोंधळ व्हायचा. फक्त मुक्काम पोस्ट आणि जिल्हा लिहून कधी कधी त्याच नावाची अनेक गावे असतील तर टपाल फिरत राहायचे.

टपाल खात्यात वेगवेगळ्या टप्प्यावर अनेक सुधारणा झाल्या. १८६८मध्ये एक रुपयाचा रेव्हेन्यू स्टॅम्प सुरू करण्यात आला, राज्याबाहेरील पोस्ट रेल्वेने जायला १८८०मध्ये सुरुवात झाली होती. त्याचबरोबर १८८०मध्ये मनीऑर्डरची सुरुवात झाली, १८८६मध्ये स्पीड पोस्ट सुरू करण्यात आले, जगातील पहिली एअर मेल सर्व्हिस २१ फेब्रुवारी १९११ रोजी अलाहाबाद ते नैनी या दरम्यान ६५०० पत्रे नेऊन भारतात सुरू झाली.

मागच्या पिढीतील बऱ्याच लोकांनी आई-वडिलांनी लिहिलेली पत्रे, बायकोने लिहिलेली पत्रे जपून ठेवलेली आहेत. मोठ्या व्यक्तीने लिहिलेली वैयक्तिक पत्रे संग्रहालयातसुद्धा पाहायला मिळतात. वि. स. खांडेकरांसारख्या लेखकांनी पत्रांमधील हळुवारपणा मराठी साहित्यात एवढा सहजपणे आणला, की त्यांची पुस्तकातील वाक्ये प्रियकर एकमेकांना लिहून पाठवू लागले. एकमेकांना पत्रे न लिहिणाऱ्या आताच्या पिढीला या भावनाविश्वाला मुकावे लागले, असे मात्र सारखे वाटत राहते.

❖❖❖

३७.

फिरस्तेही झाले कमी

गेल्या सुमारे सव्वाशे वर्षांमध्ये गावोगावी फिरणाऱ्या फिरस्ते लोकांमध्येसुद्धा आमूलाग्र बदल झालेला आहे. महाराष्ट्रात ग्रामीण भागात फिरस्ते असणाऱ्या लोकांचे दोन मुख्य प्रकार पडतात. काही फिरस्ते लोक पूर्वापार चालत आलेल्या वहिवाटीप्रमाणे ठराविक तिथीला गावांमध्ये जात होते व त्या प्रत्येक गावामध्ये राहण्याचा कालावधी निश्चित असायचा. अशा फिरस्ती लोकांना 'वतनदार फिरस्ते' असे म्हणायचे. त्याउलट जे फिरस्ते नेमलेल्या गावी ठरावीक दिवशी न जाता स्वतःच्या सोयीप्रमाणे कुठे चार पैसे मिळतील असा विचार करून वाटेल त्या गावी फिरायचे त्यांना 'उपलाणी फिरस्ते' असे म्हणायचे. हळूहळू या फिरस्ती लोकांची संख्या गेल्या ३०-४० वर्षांत कमी झालेली आहे.

राज्यात विशेषतः सुगीच्या काळात पांगळे, कुडमुडे जोशी, रक्तपित्ये, आंधळे, बैरागी, पोतराज, गोसावी, राऊळ, कातकाडी, हरदास, बंजारा, गोपाळ, मदारी, गारुडी, लमाण, कंजारी, बेलदार, घिसाडी, वैदू, कैकाडी, वडार, कोल्हाटी, गोपाळ, गोंड, जोगतीण, कुंचीकोरवे, नंदीबैलवाले, आराधी, वाघ्या-मुरुळी, दरवेशी, गारूडी, माकडवाले, बहुरूपी, भुत्या, भगत, भोप्या, पांगुळ, कानफाटे, ठोके जोशी, भराडी, वासुदेव, सुप हलव्या, कबीरपंथी, नाथपंथी, अघोरी, उदासी, जोगती, चित्रकथी, नेमाडतील, मेवाती, फासेपारधी, रायनंद, हिजडे, मानभाव, संन्यासी, जती, मापे, गोसावी असे असंख्य प्रकारचे फिरस्ते पोट भरण्यासाठी गावोगावी फिरत. याशिवाय बाहेरून येणारे फकीर, सिद्धी, अफगाणी, बलुची हेसुद्धा लोक अधूनमधून दिसत असत.

बेलदार ही जमात विहिरींची, घरांची किंवा झाडाखाली पाल बांधण्याची इत्यादी दगडांची कामे करत. प्रत्येक घराला लागणारे उखळ, पाटा-वरवंटा, चौरंग इत्यादी दगडी वस्तू विकायचे किंवा जाते काढून त्याला छिन्नीने ठोकून टाके लावत असत. शेतकऱ्याला लागणारा नांगराचा फाळ, विळे, खुरपी, कुदळी आणि बैलगाडीला धावा बसवायचे काम घिसाडी करत असत. विहिरी खोदणे, मातीकाम करणे, पाटे-वरवंटे, उखळ विकायचे काम वडार करात असत. बहुतेक वेळा या सर्व जमातींबरोबर गाढवे, बकरे, कोंबड्या, कुत्री असत. कैकाडी समाजाचे लोक करंजी, तडवड इत्यादी झाडांचे फोक काढून कोंबड्याचे झाप, कणगी इत्यादी वस्तू बनवत असत. माकडवाले ही कैकाड्यांची पोटजात आहे. शेतकऱ्यांच्या बायकांना गोंदायचे काम आणि सुपे, टोपली विकायचे काम यांच्या बायका करीत असत. भराडी, गोंधळी, वाघ्या-मुरळ्या देवतांची गाणी किंवा पोवाडे गाऊन लोकांचे मनोरंजन करीत असत. आराधी जोगती आणि जोगतीण हे देवीच्या नावाने भीक मागत. पोतराज हा मरीआईचा देव्हारा घेऊन घरोघरी फिरे. नंदीबैलवाले कुडमुडे जोशी, पांगुळ आणि ठोके जोशी हे नंदीबैलाला शिकवून व गुबुगुबु वाजवून धान्य आणि वस्तू मागायचे. कुडमुडे जोशी हे कुडमुडे वाजवायचे. वासुदेव टाळ-चिपळी वाजवायचा, मदारी गारुडी हे सापाचा व नजरबंदीचा खेळ करायचे. गोपाळ, डोंबारी, कोल्हाटी हे कसरतीचे खेळ करायचे, बहुरूपी हे ना-ना प्रकारचे रूप घेऊन सोंग घेऊन धान्य आणि पैसे मिळवत. या सर्व भटक्या जमातीचे पालसुद्धा वेगवेगळे असायचे.

पूर्वीच्या काळी पोलिस पाटलाच्या परवानगीने हे भटकणारे फिरस्ते लोक राहत असत. एकाच गावात राहून आजूबाजूच्या गावांमध्ये फिरत असत. चोरी करणारे लोक पकडले जाऊ नयेत म्हणून ज्या गावात उतरले आहेत, त्या गावात चोरी न करता इतर गावांमध्ये चोऱ्या करत असा शेतकरी सातत्याने आक्षेप घेत. बायका दिवसभर गावामध्ये फिरून सरपण व चारा गोळा करत. फिरस्ते लोकांची गुरे शक्यतो शेतकऱ्यांच्या हाताला लागत नसत. परंतु बांधावर चालता-चालता अशी गुरे शेतात जात असत. एखाद्या शेतकऱ्याचे नुकसान झाले म्हणून शेतकरी जनावरे कोंडवाड्यात घेऊन जायला लागला, तर बायका-मुले रडून शेतकऱ्याला गोंधळात टाकत.

१९४०-५०नंतर हळूहळू शहरीकरण वाढले व गावोगावी फिरणारे हे लोक कमी होऊ लागले. शेतकरीही जागरूक झाले. खळे व खळ्याची जागा नांगरली गेली व कणसे काढून छोट्या मशिनने धान्य तयार करून व लगेच पोत्यात भरून आणायला सुरुवात झाली. पारंपरिक जाती-जमाती या पूर्णपणे पोटाची खळगी भरण्यासाठी शेती व शेतकऱ्यांवर अवलंबून होत्या. आता मात्र रस्ते चांगले झाल्यामुळे, तालुक्याच्या ठिकाणी राहून सायकल किंवा मोटार सायकलने व्यवसाय करणारे आधुनिक फिरस्ते

पूर्वीच्या काळी पोलिस पाटलाच्या परवानगीने हे भटकणारे फिरस्ते लोक राहत असत. एकाच गावात राहून आजूबाजूच्या गावांमध्ये फिरत असत. चोरी करणारे लोक पकडले जाऊ नयेत म्हणून ज्या गावात उतरले आहेत, त्या गावात चोरी न करता इतर गावांमध्ये चोऱ्या करत असा शेतकरी सातत्याने आक्षेप घेत. बायका दिवसभर गावामध्ये फिरून सरपण व चारा गोळा करत.

दिसतात. शहरामध्ये बनणाऱ्या आणि दैनंदिन गरजेच्या वस्तू विकणारे लोक आता वाडी-वस्तीवर फिरतात. त्यामध्ये गंगावन, सुया-पोत विकणारे, गारेगार कुल्फी विकणारे, ब्रेड-बटर, अंडी विकणारे, ॲल्युमिनियमची भांडी, स्टीलची भांडी, लहान मुलांची खेळणी, प्लॅस्टिकची खेळणी, किचनमध्ये वापरली जाणारी छोटी यंत्रे विकणारे कल्हई करणारे, सुऱ्या, चाकूला धार करणारे फिरस्ते दिसतात. कमीत-कमी वेळेत दहा-पंधरा वाडी-वस्त्यांना जाणारे फिरस्ते आता रोखीचा व्यवहार करतात

काही गावांमध्ये तर पिण्याचे पाणी आर.ओ प्लॅन्ट वरून भरून आणून २० लिटर कॅनमध्ये छोट्या टेंपोमधून विकले जात आहे. शहरातून खेड्यात पिण्याचे पाणी विकले जाईल असा विचार ५० वर्षांपूर्वी कुणाच्या मनामध्ये आला नसता.

शेतकऱ्यांना फिरस्त्यांद्वारे मिळणाऱ्या घरपोच सेवा बंद झाल्या आहेत, परंतु शेतीवर पडणारा फिरस्त्यांच्या भाराच्या रूपाने शेकडो वर्षं चाललेला अप्रत्यक्ष कर कमी झाला आहे, असेही म्हणता येईल.

❖❖❖

३८.

हरवलेल्या वस्तूंच्या आठवणी कशा विसरणार?

गेल्या १२५ वर्षांमध्ये महाराष्ट्रातील ग्रामीण भागातल्या दररोजच्या जगण्याच्या किती वस्तू आपण हरवल्या हे अभ्यासणेसुद्धा आपल्या सगळ्यांना भूतकाळात घेऊन जाणारे आहे. यामध्ये घरातल्या वस्तू, शेतातल्या वस्तू आणि दैनंदिन वापरातील अनेक वस्तू आपण हरवल्या आहेत. १९५०-५१पर्यंत असलेली कातडी मोट आणि त्यानंतर आलेली पत्र्याची मोट आता दिसेनाशी झाली आहे. मोट गेली म्हणून नाडा गेला, सौंदड गेला, थारोळे गेले. खळ्यासाठी शेतातली सोडलेली मोकळी जागा, काही लोकांनी धुम्मसने चोपून त्यावर सारवून तयार केलेले खळे किंवा मोठ्या बागायतदाराने तयार केलेले सिमेंटचे खळे बघता बघता दिसेनासे झाले. एकत्र कुटुंबाच्या वाटण्या होत गेल्या आणि प्रत्येक मुलाचे क्षेत्र कमी होऊन बांधाची रुंदी कमी होऊ लागली. बांधावरील झाडे तुटू लागली. बघता बघता झाडे दिसेनाशी झाली. पंचमीला बहिणीला आणि तिच्या मुलांसाठी झोका बांधायची झाडे आणि त्यांची फांदी निघून गेली. वाडी-वस्तीवर असलेले सार्वजनिक उकिरडे, भावाभावांचे गोठे यांवर घरे बांधायला सुरुवात झाली. कित्येक वाड्या-वस्त्यांवर राहती जागा कमी पडू लागल्यामुळे आपापल्या शेतामध्ये मोठमोठी घरे बांधून शेतकरी राहू लागले.

लाकडी खणांची घरे गेली आणि आधुनिक घरे बांधली जाऊ लागली आधुनिक घरांमध्ये दुधा-दह्याची शिंकं, चूल, फडताळ, रांजण, मडक्यांची उतरंड, पत्र्यांचे डबे, टोपलं, ताक घुसळायची रवी, रांजणी, रॉकेलचे दिवे, तेलाचे दिवे, मुसळ, उखळ, जाते आदी दिसेनासे झाले. जाते गेले तसे जात्यावरील ओव्या ऐकायला येणे बंद झाले. १९४० ते १९६०च्या दरम्यान जात्याची जागा कुककुक आवाज करणाऱ्या पीठ गिरण्यांनी

ग्रामीण घरातील हजारो पिढ्यांमध्ये न झालेले बदल गेल्या दोन दशकांमध्ये झाले आहेत. ७०-८० वयापर्यंत जगणाऱ्या ज्येष्ठ लोकांना हा बदल जरा जास्त जाणवतो. आधुनिक वस्तूंशी तोंड देताना त्यांची दमछाक होत आहे. गुंतागुंतीचे तंत्रज्ञान, तरुणांना सोपे वाटत असलेतरी वयोवृद्ध माणसांना वापरताना नवीन प्रश्न निर्माण होत आहेत.

घेतली. सार्वजनिक पीठ गिरण्यांऐवजी आता अलीकडे पुन्हा घरोघरी घरघंट्या येऊ लागल्या आहेत. वैयक्तिक, सार्वजनिक आणि पुन्हा वैयक्तिक असा हा प्रवास झाला आहे. नव्या वर्षाला खत आणि औषधांबरोबर मिळणारे कॅलेंडर १९७०पर्यंत भिंतीवर टांगलेले दिसायचे. आधुनिक घरे बांधल्यावर एक सलग लाकडी पट्टीवर लावलेले देव देवतांचे फोटो, आजी-आजोबा, चुलते आणि अकाली मृत्यू पावलेली तरुण मुले यांचे फोटो दर्शनी भागांवर दिसेनासे झाले आहेत. घरातील गॅसबत्ती गेली आणि लुकलुकणारे बल्ब घरात दिसू लागले. पहिल्यांदा ज्या वेळी वीज आली तेव्हा १९३०-५०च्या काळात केवळ बल्ब बसविण्यात आले. १९८०च्या दशकात बल्ब जाऊन ट्यूब आल्या आणि २०००नंतर एल.ई.डी. ट्यूब आल्या.

घरासमोरचा रांजण, रांजणावरचा तोंडल्याचा वेल, रांजणाचे लाकडी झाकण, घरात कधी तरी निघणाऱ्या किडुकमिडुकासाठी तयार केलेला लोखंडी वाकडा आकडा, उखळ, रवी, दगडी जातं, पाटा-वरवंटा, टपालाने आलेली पत्रे अडकून ठेवायची वाकडी तार, मडक्यांची उतरण, १९५०-८० या काळात महाराष्ट्रातून दिसेनाशी झाली. पंगतीने जेवायला बसल्यावर पितळीला लावायचे लाकडी वटकावणे, पितळी तांब्या, पराती, वीज पडू नये म्हणून बाहेर टाकायचा लोखंडी बत्ता किंवा लोखंडी गज, कातडी कव्हर लावलेला रेडिओ, घासलेटचा स्टोव्ह, दंत मंजन, स्टोव्हला लावायचा काकडा, पत्र्याची पिन अशा अनेक वस्तू आता हरवल्या आहे.

फॅशन बदलली म्हणून पूर्वीचे ढगळ असलेल्या प्लेटच्या पँट, चॉकलेट हिरो देव आनंद सारखा शर्ट, त्यानंतर आलेल्या बेलबॉटम पँट, महिलांचे झगे, वहाणा, जोडे, खडावा आता दिसत नाहीत. फेट्यांची व टोप्यांची संख्या कमी झाली असून, समारंभात एकमेकाला द्यायचे टॉवेल-टोपी याचा दैनंदिन वापर कमी झाला आहे. चष्म्याच्या हजारो डिझाइन आल्या असून, प्रत्येक रंगाच्या ड्रेसवर वेगवेगळ्या रंगाच्या फ्रेम वापरण्याच्या सोयी आल्या आहेत. एका माणसाला एक चप्पल, एक बूट ही एकेकाळी असलेली ऐट आता संपुष्टात आलेली आहे. एका इंचाची होईपर्यंत वापरावयाची शिसपेन्सिल आता इतिहास जमा झाली आहे. १९७०-८०पर्यंत संपलेली पेन्सिल

दाखविल्याशिवाय दुसरी पेन्सिल वापरायला वडील देत नसत आणि आता घरामध्ये मुलामुलींकडे किमान आठ-दहा पेन्सिल, रबर सापडतील. खापराच्या पाटीनंतर आलेली पत्र्याची पाटी दोन्ही नामशेष झाले आहेत. टाक, दौत, बोरू, सांडलेली शाई पुसण्यासाठी डस्टरसुद्धा हरवले आहे. नंबर डायल करायचा तबकडीचा टेलिफोन, त्यानंतर आलेला साधा फोन, पेजर, नोकियाचा मोठा आणि छोटा मोबाईल दिसेनासा झाला आहे. कॅसेट प्लेअर, व्हिडिओ कॅसेट आणि ग्रामोफोनच्या तबकड्यादेखील आता दिसत नाहीत.

ग्रामीण घरातील हजारो पिढ्यांमध्ये न झालेले बदल गेल्या दोन दशकांमध्ये झाले आहेत. ७०-८० वयापर्यंत जगणाऱ्या ज्येष्ठ लोकांना हा बदल जरा जास्त जाणवतो. आधुनिक वस्तूंशी तोंड देताना त्यांची दमछाक होत आहे. गुंतागुंतीचे तंत्रज्ञान, तरुणांना सोपे वाटत असलेतरी वयोवृद्ध माणसांना वापरताना नवीन प्रश्न निर्माण होत आहेत. एल.ई.डी. टी.व्ही. घरी आणला तरी तो टीव्ही सुरू करण्यासाठी आजी आता नातू शाळेतून कधी येतो याची वाट पाहत आहे. माणसे आउटडेटेड झाली की वस्तू आउटडेटेड झाल्या हेच कळेनासे झाले आहे. मानवी जीवनात बदल घडत असतो. परंतु प्रत्येक पिढीने हाताळलेल्या वस्तूंशी त्या त्या पिढीमध्ये जगताना स्मरण जोडलेले असते. वस्तू हरवल्या की त्यांच्याशी जोडलेले ऋणानुबंध नाहीसे होतात आणि त्या वस्तूंच्या आठवणीनेच माणसे हळवी होतात. त्यामुळेच कदाचित जगभरातील सैनिक युद्धभूमीवर आपल्या जवळच्या माणसाची एखादी वस्तू स्मृती म्हणून जवळ बाळगतात. या वस्तूंच्या आठवणी कशा विसरणार?

❖❖❖

३९.

लोकप्रियता टिकवणाऱ्या जत्रा

महाराष्ट्राच्या सांस्कृतिक परंपरेचे एक महत्त्वाचे वैशिष्ट्य म्हणजे वर्षातून एकदा गावागावांतून भरणारी जत्रा किंवा उरुस. हिंदू ग्रामदेवतेच्या नावाने जत्रा भरते. स्थानिक सुफी पीराच्या नावाने उरुस किंवा जुलूस भरतो. त्याचप्रमाणे राज्यातील थोर सत्पुरुषांच्या जयंती किंवा पुण्यतिथीच्या निमित्तानेसुद्धा धार्मिक मेळावा किंवा जत्रा भरवली जाते. मंदिरात होणारे दर्शन, पूजाअर्चा, भजन, कीर्तन किंवा देवाचा रथ ओढण्याची प्रथा याशिवाय जत्रेतील पाळणे, दुकाने, मिरवणूक, बैलगाड्यांच्या शर्यती, नातेवाइकांकडे स्नेहभोजन, कुस्त्यांचा आखाडा या सगळ्यांमुळे शेकडो वर्षानंतरसुद्धा गावच्या जत्रा आपली लोकप्रियता टिकवून आहेत. दोन महिने अगोदरच गावच्या यात्रा समितीच्या पंचाच्या बैठकी होत. गावातल्या, मुंबईमध्ये राहणाऱ्या लोकांची यादी केली जाई व मुंबईकरांकडून वर्गणी गोळा करण्यासाठी गावातील एक दोन लोकांची खास नेमणूक केली जायची. गावातील एका माणसाने २० रुपये वर्गणी दिली, तर मुंबईतला गाववाला खुशीने शंभर रुपये वर्गणी देत असे. परगावी जाऊन श्रीमंत झालेल्या एखाद्या माणसाला मंदिराचा कळस किंवा गाभाऱ्यातील फरशी किंवा सभामंडपाची रंगरंगोटी करण्याची गळ घातली जाई. मुंबईमधले सगळे गावकरी कुटुंबांसह स्वतःचा ट्रक, टेम्पो, जीप घेऊन व चार दिवस धंदा बंद करून गावच्या जत्रेला हजेरी लावत. गावकऱ्यांवर प्रभाव पाडण्याची संधी या निमित्ताने एरवी बाहेरगावी राहणारे लोक साधत असत. शहरी संस्कृतीचा त्या निमित्ताने संबंध गावाशी येत असे. यात्रेच्याच निमित्ताने डिजिटल घड्याळे, टेप रेकॉर्डर, व्हीसीआर, पेजर आणि मोबाईल यांनी वाड्या-वस्त्यांवर शिरकाव केला.

अशी जत्रा परंपरेने मंदिर किंवा दर्ग्याजवळच्या रिकाम्या जागेत भरवली जाते. राज्यातील बहुसंख्य यात्रा या जानेवारी ते मे या दरम्यान दोन ते १५ दिवसांच्या कालावधीसाठी ठरावीक मुहूर्तांवर आयोजित केल्या जातात. १०० वर्षांनंतर या जत्रांच्या स्वरूपामध्ये काही बदल निश्चित झाले आहेत. मुख्यतः धार्मिक उत्सवामध्ये फारसा बदल झालेला नाही. मध्यरात्रीपासूनच सुरू होणारे धार्मिक उत्सव, पूजा, मिरवणूक, त्या त्या गावातील परंपरेनुसार गूळ, खोबरे, साखर, मिठाई, शेरणी या नैवेद्यांचे वाटप, नारळ, खण, बांगड्या, तेल ते थेट तांदळाची दारू अर्पण करण्यापर्यंत भाविक लोक कुटुंबातील सर्व सदस्यांच्या बरोबर ग्रामदेवतेच्या दर्शनाला हजर असतात.

जत्रेच्या निमित्ताने काही दिवस बाजारपेठ खुलून जात असे. जत्रेच्या निमित्ताने कुस्त्यांचा आखाडा भरवला जाई आणि बक्षिसांच्या रकमेनुसार कोल्हापूरपासून ते नागपूरपर्यंतचे पैलवान आखाड्यांना हजेरी लावत असत. आखाड्यामध्ये सुरुवातीला आखाड्याची जागा मऊ व्हावी म्हणून भावी पैलवान मुलांना रेवड्या आणि गुडीशेव देऊन खेळवले जाई. एकाच वेळी या छोट्या पैलवानांच्या आठ-दहा कुस्त्या लावल्या जात. हलगी व ताशा वाजवणारे अनेक लोक प्रसिद्ध होते. छोट्या छोट्या गावांमध्ये घरी एक-दोन मुले पैलवानकी करत. प्रत्येक पैलवानाला त्याच्या वस्तादाच्या नावाने ओळखले जाई. १९८०च्या दशकापर्यंत आखाड्याला मुख्यतः पुरुष मंडळी हजेरी लावत. काही छोट्या गावांमध्ये लाउडस्पीकरवरून सरपंच किंवा मोठ्या माणसाच्या नावे विजेत्या पैलवानाच्या नावाने १०० रुपयांची घोषणा व्हायची अन् त्याच्या हातात २० रुपये टेकवले जात. तो आश्चर्यचकित होऊन बघत उभा राहिल्यास अजून पाच रुपये देऊन आणि पाठीवर थाप मारून ज्येष्ठ मंडळी त्याचे समाधान करत असत.

यात्रेच्या निमित्ताने रहाटगाडगे आणि गोलाकार पाळणे एका बाजूला लावले जात. नवीन लग्न होऊन आलेल्या सुना-बाळींसाठी पाळण्यात बसणे, नव्या बांगड्या घालणे आणि दोन, तीन रुपयांची गारीगार खाणे हा अत्युच्च आनंदाचा भाग होता. यात्रेच्या निमित्ताने सासरी गेलेल्या सर्व मुली माहेरी येत आणि तिच्या मुलांचे लाड मुलांचे मामा करत असत. यात्रेचे दोन दिवस घराघरांत गोडधोड होत असे. महाराष्ट्रातील काही ठरावीक गावी त्या गावांच्या जत्रांबरोबरच जनावरांचा मोठा बाजार भरतो. नंदुरबारमधील सारंगखेडा या गावची जत्रा घोड्यांच्या बाजारासाठी, नगर जिल्ह्यातील कानिफनाथची जत्रा गाढवाच्या व खेचरांच्या व्यापारासाठी, नांदेड जिल्ह्यातील मालेगावच्या खंडोबाची यात्रा घोड्यांच्या बाजारासाठी प्रसिद्ध आहे. जनावरांच्या अंगावरील झुली, घुंघरे आणि सुशोभीकरणाच्या वस्तू विकणारे व्यापारी हजेरी लावतात. या यात्रांच्या निमित्ताने आदिवासी लोक तसेच भटक्या जमातीचे लोक त्याच्या पंच समितीच्या बैठका घेतात. जत्रा हे सोयरीक जुळवायचे महत्त्वाचे केंद्र होते. या पद्धतीमध्येसुद्धा आता आमूलाग्र

महाराष्ट्रातील काही ठरावीक गावी त्या गावांच्या जत्रांबरोबरच जनावरांचा मोठा बाजार भरतो. नंदुरबारमधील सारंगखेडा या गावची जत्रा घोड्यांच्या बाजारासाठी, नगर जिल्ह्यातील कानिफनाथची जत्रा गाढवाच्या व खेचरांच्या व्यापारासाठी, नांदेड जिल्ह्यातील मालेगावच्या खंडोबाची यात्रा घोड्यांच्या बाजारासाठी प्रसिद्ध आहे.

बदल होत आहे. अशा पद्धतीने गावोगावी होणाऱ्या जत्रांमुळे धार्मिक, आर्थिक आणि सांस्कृतिक व्यवहार एकत्रितरीत्या पार पाडले जातात. राज्यातील यात्रांमध्ये होणारी आर्थिक उलाढाल शेकडो कोटी रुपयांची असावी. सुमारे ११.५ हजार गावांमध्ये म्हणजे एक चतुर्थांश गावांमध्ये जत्रा भरवली जाते.

समाजशास्त्रज्ञ गुंथर यांनी यात्रांचा समाजशास्त्रीय अभ्यास करून 'एरवी मंदिरात असणारा देव व त्याची व्यक्तिगत पातळीवर होणारी पूजा या तुलनेत जत्रेमध्ये मात्र देव आणि भक्त एकाच पातळीवर येऊन सामुदायिक आराधनेमध्ये सहभागी होतात,' असे म्हटले आहे. जगातील सर्व धर्मामध्ये पवित्र तीर्थे असून अशा ठिकाणी धार्मिक उत्सवाच्या काळात यात्रा किंवा जत्रा भरवली जाते. अशावेळी हजारो वर्षांच्या जत्रा या परंपरेमुळे नवी पिढी आपल्या संस्कृतीशी जोडली जात आहे, हे मात्र खरे!

❖❖❖

४०.

गावठाणामधील कौलारू घरे

गावातल्या ज्या भागामध्ये लोक दाटीवाटीने घरे करून राहतात त्या भागाला गावठाण असे नाव आहे. निचऱ्याची जमीन, पाया लागण्याची शक्यता आणि पाणी फारसे साठून राहणार नाही, अशी उंचावरची जागा पाहून गावठाणे वसली. घरे बांधायला पांढऱ्या मातीची गरज लागे आणि घरावर लाकडी रिफाड टाकून त्यांच्यावर पांढऱ्या मातीचा भलामोठा थर टाकत असत. त्याला धाबे असे म्हणायचे, यामुळे पावसाचे पाणी वरून पन्हाळीतून निघून जाई. सागवानी लाकडाची मोठी तुळई आणि मध्ये छोट्या आकाराचे खांब आणि त्यावर रिफाड टाकून घरे बांधली जात. जास्त पावसाच्या कोकणासारख्या भागात उतरत्या छपराची व मुख्यतः कौलाची घरे बांधली जायची. सुरुवातीला अर्धगोलाकार अशी नळीच्या आकाराची कौले वापरली जात. त्यानंतर अनेक वर्षानंतर सपाट कौले आली. कोल्हापूर भागात त्यांना खापऱ्या म्हणतात. गावठाणातील आणि जुन्या घरांमध्ये दोन्ही पद्धतीची कौले पाहायला मिळतात. धाब्याची घरं आतमध्ये थंड राहतात. कमी खर्चाची घरे म्हणून हळूहळू लोक पत्रे बसवू लागले. पत्र्याच्या घरामध्ये अजिबात पाणी गळत नाही हे लक्षात आल्यावर पडवी, गोठा यामध्ये सर्रास पत्र्याचा वापर सुरू झाला. सुरुवातीला सिमेंट पत्रे व ॲस्बेस्टॉस वापरले जात.

जेव्हा ब्रिटिशांनी पहिल्यांदा जमिनीची मोजणी केली त्यावेळी गावठाणाचे क्षेत्र गावच्या आकारबंधामध्ये एकत्रित क्षेत्र म्हणून नोंदवले गेले. प्रत्येक घराचे क्षेत्र किती आहे हे मूळ आकारबंधामध्ये लिहिलेले नव्हते. उदाहरणार्थ, एखाद्या गावात २ हजार एकर जमीन व २ एकर १४ गुंठे गावठाण, १२ एकर नदीचे क्षेत्रफळ, अर्धा एकर स्मशानभूमीचे क्षेत्रफळ अशा प्रकारचा मजकूर आपल्याला गावच्या तेरीजमध्ये

पाहायला मिळतो. बहुतेक वेळा वाड्या-वस्त्यांमध्ये एकाच कुटुंबाचा विस्तार होऊन सर्व भाऊबंद त्यातल्या त्यात पडीक जमिनीमध्ये जवळ जवळ राहू लागले. लोकसंख्या वाढल्याने आणि वारसाहक्काने याच वाडीवर इतर ठिकाणी भाऊबंद राहू लागले. महाराष्ट्रातील वाड्या वस्त्यांवर असलेला हा रहिवासी भाग अजून 'गावठाण' म्हणून जाहीर झालेला नाही. किंबहुना, शहरांमध्ये गेल्या ५०-६० वर्षांत जेवढी गावे आणि त्यांचे मूळ गावठाण व शेतजमिनी समाविष्ट झाले आहेत, त्यांचे स्वरूपसुद्धा जमीन महसुलाच्या दृष्टीने कायम राहिले आहे. त्यामुळे आजच्या तारखेला जरी निवडणुकीसाठी महापालिका क्षेत्र असले तरी जमिनीच्या महसुलासाठी गावठाणचा भाग, आणि शहरात आलेल्या गावांमधील शेतजमीन असे वेगवेगळे राहिले आहेत. याच कारणांमुळे महानगरपालिका क्षेत्रातसुद्धा काही लोकांना रहिवासी करण्यासाठी बिगर शेती कर भरावा लागतो आणि गावांच्या मूळ गावठाणामध्ये असलेल्या लोकांना रहिवासी करण्यासाठी बिगरशेती कर भरावा लागत नाही, अशी परिस्थिती आहे.

शेत जमिनीमध्येच निचऱ्याची जमीन शोधून, गावठाण वसवले जात असे. घराच्या आत खिडकीमध्ये कप्पे तयार करून फडताळ म्हणून एक कपाट केलेले असे. लिंपलेल्या भिंतीमध्ये छोटा आरशाचा तुकडा बसवलेला असे. तेच त्या वेळचे ड्रेसिंग टेबल! लाकडी कुंकवाचा करंडा आणि मेणाची डबी, फणी, वाखाच्या दोरीने बनवलेले शिंके आणि त्यावर मडक्यामध्ये ठेवलेले दही किंवा ताक हे चित्र बहुतेक घरांमध्ये असायचे. आलेल्या पाहुण्यांसाठी घोंगडी टाकली जाई. समोरच एक मोठा पिण्याच्या पाण्याचा रांजण प्रत्येक घरासमोर रोवलेला असे. घरात येणाऱ्या प्रत्येक पाहुण्याचे, लेकीबाळींचे स्वागत भाकरीचा तुकडा ओवाळून होई. गावठाणातील घरांमध्ये प्रथम तेलाचे दिवे व नंतर कंदील आल्यावर कंदिलाच्या काचा स्वच्छ करणे हे दिवेलागणीच्या वेळी सर्वांना महत्त्वाचे काम होते.

आठवड्यातले एक ते दोन दिवस तरी स्त्रिया घरातल्या घरातच जात्यावर दळण दळायच्या. गावठाणामध्ये सार्वजनिक दिवाबत्तीचे दोन खांब असत. दिवाबत्ती करायचीही प्रत्येकाची पाळी ठरलेली! या ठिकाणी शेतातले काम संपल्यावर आणि जेवण झाल्यावर लोक गप्पा मारत बसायचे. शेतकरी आणि किराणा दुकानदार वस्तूंची देवाणघेवाण करीत. सुट्टीच्या दिवशी कधीतरी जनावरांना पत्र्या ठोकणारा किंवा जनावरे आजारी पडली की, औषधी मुळ्या देणारा वैद्य येत असे. वाडीवरची वस्ती असलेला भाग आणि मोठ्या गावाचा गावठाण भाग यामध्ये बरेच अंतर होते. गावच्या गावठाणामधील व्यापारी पेठेमध्ये शक्यतो दुकानाच्या मागेच दुकानदार राहत. नोकरी करणारे घरे भाड्याने घेऊन राहत. गावात मुख्यतः गावची चावडी, सरकारी दवाखाना, ग्रामपंचायत कार्यालय आणि जनावरांचा दवाखाना ठळकपणे अनेक मोठ्या गावांमध्ये

बहुतेक वेळा वाड्या-वस्त्यांमध्ये एकाच कुटुंबाचा विस्तार होऊन सर्व भाऊबंद त्यातल्या त्यात पडीक जमिनीमध्ये जवळ जवळ राहू लागले. लोकसंख्या वाढल्याने आणि वारसाहक्काने याच वाडीवर इतर ठिकाणी भाऊबंद राहू लागले. महाराष्ट्रातील वाड्या वस्त्यांवर असलेला हा रहिवासी भाग अजून 'गावठाण' म्हणून जाहीर झालेला नाही. किंबहुना, शहरांमध्ये गेल्या ५०-६० वर्षांत जेवढी गावे आणि त्यांचे मूळ गावठाण व शेतजमिनी समाविष्ट झाले आहेत, त्यांचे स्वरूपसुद्धा जमीन महसुलाच्या दृष्टीने कायम राहिले आहे.

दिसत. पूर्वीच्या काळी नोकरदार लोक दळणवळणाची साधने नसल्यामुळे ज्या गावात बदली होईल त्या गावांमध्ये राहत. नोकरदारांची मुले जिल्हा परिषदेच्या शाळेत शिकत असत. हल्ली सरकारी नोकरदारसुद्धा कुटुंब एकाच ठिकाणी ठेवून स्वतः नोकरीच्या ठिकाणी ये-जा करतात. नोकरदारांच्या मुलांचे जिकडे बदली होईल तिकडे शिकण्याचे दिवसही संपुष्टात आले आहेत.

❖❖❖

४१.

साथीचे रोग... प्लेग ते कोरोना

डिसेंबर १८९६मध्ये पुण्यात प्लेगची साथ सुरू झाली आणि अनेक कुटुंबांची वाताहत झाली. १८९६ ते १९१२पर्यंत प्लेगचे हे तांडव सुरू होते. या तेरा वर्षांत भारतात १ कोटी २० लाख लोकांचा तर फक्त पुण्यात एकूण ५६ हजार लोकांचा मृत्यू झाला. १९०१मध्ये राज्यातील आरोग्य खात्यात सुधारणा होऊन पालिका कायद्यानुसार नगरपालिकांना स्वतंत्र आरोग्य अधिकाऱ्यांची नियुक्ती झाली. त्या काळात जन्म-मृत्यूच्या नोंदी अचूकपणे केल्या जात नसत. अंत्यसंस्कारासाठी मृत्यूची नोंद बंधनकारक केल्यामुळे मृत्यूची नोंद ही जन्मापेक्षा अचूक असे. त्याकाळी अंदाजे ३० टक्के लोक जन्माची नोंद करायचे नाहीत. १८९२मध्ये पहिल्यांदा नगरपालिका क्षेत्रात काम करणाऱ्या झाडूवाल्या बायकांना कोणाच्या तरी जन्माची बातमी कळवल्याबदल अर्धा आणा बक्षीस देण्याची पद्धत सुरू झाली. त्या काळात लहान मूल जन्माला आल्यानंतर दाराला कडुलिंबाची माळ किंवा आंब्याचे डहाळे बांधले जायचे. मूल जन्मल्यानंतर पाच दिवसांनी सटवीची पूजा करायला कुटुंबीय बाहेर पडत असत. त्यामुळे पहिली बातमी झाडूवाल्या बायकांना समजत असे.

प्लेगच्या काळात एकमेकांना संसर्ग होऊ नये म्हणून गावातील गर्दीचे घर सोडून लोक रानातल्या वस्तीला राहायला जायचे. कित्येक लोकांना जवळच्या व्यक्तीच्या अंत्यसंस्कारावरून परत येतानाच काखेमध्ये गोळा यायचा. सप्टेंबर १९००च्या केसरीमध्ये त्या वेळेच्या परिस्थितीचे खालीलप्रमाणे चित्रण करण्यात आले आहे. “बाहेर जावे तर खाण्यास मिळण्याची पंचाईत व घरात राहावे तर ते प्लेगने दूषित. तात्पर्य इकडे आड आणि तिकडे विहीर अशी परिस्थिती होती. तेव्हा भुके मरण्यापेक्षा

ईश्वरावर भरवसा ठेवून आपल्या कुटुंबातच काय होईल ते होईल अशा समजुतीने ते घर सोडण्यास नाखूष असतात." प्लेगची साथ पसरू नये म्हणून दूषित घरे जंतुनाशक द्रव्याने धुणे व प्लेगच्या रोग्यांना शहराबाहेर हाकलणे ही कामे इंग्रज सैनिकांकडून सुरू झाली. हे ब्रिटिश सैनिक सामान्य लोकांशी अरेरावी आणि धसमुसळेपणाने वागत. प्लेगचा गोळा म्हणजे मरीआईचा कोप आहे अशी अडाणी लोकांची समजूत होती. त्यामुळे मोठ्या प्रमाणात लोक मरीआईच्या नावाचं कोंबडी, बकरी देण्यास मग्न होती. जसजसा शिक्षणाचा प्रसार वाढला तसतशी लस टोचवून घेण्याची संख्या वाढू लागली. १९११-१२मध्ये प्लेगच्या मृत्यूंची संख्या कमी होऊ लागली. १९३२मध्ये पुन्हा पुण्यामध्ये या साथीने डोके वर काढले. १९३३मध्ये एके दिवशी डॉ. नायडू इस्पितळात प्रेते ठेवायला जागा राहिली नाही अशी परिस्थिती निर्माण झाली. घुशी आणि उंदीर यांची संख्या वाढल्यामुळे मूषक संवाहर खात्याची स्थापना झाली. २०००पेक्षा जास्त उंदरांचे पिंजरे शहरात लावण्यात आले व उंदीर पकडून आणणाऱ्यास एक आना बक्षीस देण्यास सुरवात झाली. उंदरांच्या बिळात विषारी वायू सोडून सायनोगॉसिंग प्रयोगदेखील करण्यात आला. १९५०पासून भारत भर डी.डी.टी. मारण्याची पद्धत सुरू झाली.

देवीची साथ ही गायीमध्येदेखील येते व धार काढणाऱ्या गवळ्याच्या शरीरात जाते. मात्र, त्यामुळे गवळी लोकांना देवी येत नाही हे निदर्शनास आले. या गोष्टीवर अधिक संशोधन करून १७९६मध्ये एडवर्ड जेनर या शास्त्रज्ञाने देवीची लस शोधून काढली. भारतात इंग्लंडमधून ही देवीची लस मागविण्यात आली. सुरुवातीला लोकांच्या पूर्वगृहीत दृष्टिकोनामुळे लोक लस घेत नसत. इंग्रज अधिकाऱ्यांच्या व पेशव्यांच्या सहकाऱ्यांनी व त्यांच्या कुटुंबातील काही लोकांना लस टोचल्यानंतर लोकांचा विश्वास बसू लागला. त्यानंतर 'देवीच्या दोन फुल्या कमी आहेत, आम्हास चार फुल्या करा' अशी मागणी आली. १८८२ ते १९५७पर्यंत दरवर्षी ३० ते १००पर्यंत दरमहा मृत्यू पुण्यात देवीमुळे झाले.

जगभरात स्पॅनिश फ्ल्यू प्रमाणेच १९१८मध्ये भारतात फ्ल्यू किंवा इंन्फ्ल्युएंझाची साथ आली. या साथीत सुमारे १७ ते १८ दशलक्ष लोक भारतात मृत्युमुखी पडले. त्यामुळे १९११ ते १९२१ या दशकातच फक्त भारताची लोकसंख्या जनगणनेत कमी झाली! पुन्हा १९५७मध्ये फ्ल्यू, १९७४मध्ये कांजिण्यांची साथ, १९७७ला रशियन फ्ल्यू, मधेमधे पोलिओ, सार्स हिपॅटीटीस, यलो फीवर, पटकी, स्वाईन फ्ल्यू, एचआयव्ही, इबोला, डेंग्यु, घटसर्प, हिवताप, मलेरिया, निपाह व्हायरस अशा अनेक साथी आल्या. १८९९-१९२३ अखेर कॉलरा, १८९९-१९१३ प्लेग, १९१८-१९२० फ्ल्यू व मुंबई फिवर, १९५७-१९५८ इन्फ्लुएंझा, १९७४मध्ये कांजिण्यांची साथ, १९९८मध्ये प्लेग, २००६मध्ये एच५एन१, २००९मध्ये स्वाईन फ्ल्यू, मार्च २०२०पासून

शिक्षणाचा प्रसार वाढला तसतशी लस टोचवून घेण्याची संख्या वाढू लागली. १९११-१२मध्ये प्लेगच्या मृत्यूंची संख्या कमी होऊ लागली. १९३२मध्ये पुन्हा पुण्यामध्ये या साथीने डोके वर काढले. १९३३मध्ये एके दिवशी डॉ. नायडू इस्पितळात प्रेते ठेवायला जागा राहिली नाही अशी परिस्थिती निर्माण झाली.

कोरोना, २०२२मध्ये ओमिक्रॉन, आता मंकी पॉक्स, टोमॅटो पॉक्स अशा अनेक साथीच्या रोगाचा फैलाव झाला. मार्च २०२०पासून भारतात वेगाने पसरलेल्या कोरोना व्हायरसमुळे, लॉकडाउन, व्यवसाय बंद, संचारबंदी, रोजगारावर परिणाम, जनजीवन विस्कळीत, हवाईवाहतूक बंदी, वर्क फ्रॉम होम, असा सर्वव्यापी परिणाम जाणवला, संपूर्ण भारतात कोरोनामुळे सप्टेंबरपर्यंत ५.२८ लाख मृत्यू तर महाराष्ट्रात १.४८ लाख मृत्यू झाले. जगण्याच्या पद्धतीचाच पुनर्विचार गंभीरपणे करायला लावणारे हे संकट मानवी बदलांना शिस्तबद्धतेचे कवच निर्माण करेल का हे पाहायचे!

❖❖❖

४२.

वृत्तपत्रांचे बदलते जग

गेल्या शंभर वर्षांत वृत्तपत्रांचे जगसुद्धा बदलले आहे. महाराष्ट्राच्या ग्रामीण भागावर प्रभाव टाकेल अशी अतिशय निवडक वृत्तपत्रे एकोणिसाव्या शतकाच्या सुरुवातीला होती. १७८९मध्ये सुरू झालेले 'बॉम्बे हेराल्ड' हे मुंबईतील पहिले नियतकालिक होते. १८७८मध्ये व्हर्नाक्युलर प्रेस ॲक्ट लागू झाला कारण त्याच वेळात अनेक भारतीय भाषांमध्ये वृत्तपत्रे सुरू झाली होती. त्यांतून ब्रिटिशांच्या चुकीच्या कारभारावर टीका होऊ लागली होती. या काळात महाराष्ट्रात 'टाइम्स ऑफ इंडिया' व कोलकात्यात 'मद्रास मेल' अशी अँग्लो इंडियन वृत्तपत्रे होती. बंगालमध्ये 'अमृत बझार पत्रिका' व मद्रासमध्ये 'हिंदू' हे दैनिक म्हणून प्रसिद्ध होऊ लागले.

मराठीमधील पहिले वृत्तपत्र 'दर्पण' हे ६ जानेवारी १८३२ रोजी बाळशास्त्री जांभेकर यांनी मुंबईतून सुरू केले. हे सुरुवातीला पाक्षिक होते. त्या वेळी वृत्तपत्र सुरू करताना परदेशातील कला, विद्या आणि कौशल्य यांची माहिती वाचकांना व्हावी, त्यांचे मनोरंजन व्हावे व नव्या बातम्या त्यांना कळाव्यात असा उद्देश जांभेकर यांनी समोर ठेवला होता. त्या वेळीही कोणताही विषय न टाळता अनेक पुरोगामी विषय ते मांडत असत. शिक्षणाचे प्रमाण एवढे कमी होते, की फार कमी लोक वृत्तपत्रे घेत. १८४२मध्ये अहमदनगर येथे ख्रिस्ती कवि रेव्हरंड ना. वा. टिळक हे 'ज्ञानोदय'चे संपादक होते. १९४१मध्ये 'प्रभाकर' हे वृत्तपत्र सुरू झाले. जगण्याची भ्रांत असलेल्या त्या काळात सर्वसामान्य लोकांना वृत्तपत्रे घेणे परवडत नसे. महत्त्वाची घटना घडली की गावातले लोक एकत्रितरित्या वृत्तपत्राचे वाचन करत. 'प्रभाकर' या वृत्तपत्राची वार्षिक वर्गणी ही त्याकाळी बारा रुपये होती. मुंबईनंतर महाराष्ट्रातून, पुण्यातून १८४४मध्ये मैत्री हे मराठी वृत्तपत्र निघाले. १८४९मध्ये 'ज्ञानप्रकाश' सुरू झाले.

या काळातील वृत्तपत्रांकडे पहिले असता लेखक व स्वातंत्र्यसैनिक वृत्तपत्रांशी जोडलेले होते. मराठीतील प्रख्यात कादंबरीकार हरी नारायण आपटे हे ज्ञानप्रकाशचे पहिले संपादक होते. न्यायमूर्ती महादेव गोविंद रानडे, विष्णुशात्री चिपळूणकर, गोपाळ कृष्ण गोखले अशा प्रसिद्ध व्यक्तींनी ज्ञानप्रकाशमधून लेखन केले. स्वातंत्र्य चळवळ अतिशय जोमात असल्यामुळे राजकीय धोरणाचे प्रतिबिंब वृत्तपत्रातून व संपादकीय लेखातून दिसत असे. वृत्तपत्र हे बातम्या देणारे पत्र आहे ही जाणीव सर्वांत प्रथम काकासाहेब लिमये यांनी केली. लोकहितवादी गोपाळ हरी देशमुख यांच्या पाठिंब्याने, १८६२मध्ये विष्णुशास्त्री पंडित यांनी 'इंदुप्रकाश' सुरू केले. याच काळात 'ज्ञानसिंधू', 'विचारलहरी', 'हिंदूपंच' व 'मराठा' (इंग्रजी) व 'केसरी' (मराठी) ही वृत्तपत्रे सुरू झाली. लोकमान्य टिळक हे 'मराठा'चे पहिले संपादक होते, तर गोपाळ गणेश आगरकर हे 'केसरी'चे पहिले संपादक होते. राष्ट्रीय चळवळीशी या वृत्तपत्रांचा अतिशय जवळचा संबंध होता. सत्तेच्या विरोधात लिहिले की त्या काळी राष्ट्रद्रोहाचे खटले भरले जात. वृत्तपत्रे मालकांना आणि संपादकांना शिक्षादेखील होत असे.

शंभर वर्षांचा वृत्तपत्रांचा आढावा घेता येणे शब्दमर्यादेमुळे अवघड असले तरी त्या त्या वेळच्या वृत्तपत्रामध्ये नेमकी मांडणी, सोपी व साधी भाषा, चौफेर बातम्या, खुसखुशीत भाषेत मायना, कौटुंबिक, धार्मिक प्रश्नावर भाष्य व राजकीय सभांची अतिशय सविस्तर माहिती प्रसिद्ध केली. टिळकांनंतर १९२१मध्ये 'लोकमान्य' हे दैनिक कृष्णाजी खाडिलकर यांनी सुरू केले व १९२३मध्ये स्वतःचे 'नवा काळ' हे दैनिक सुरू केले. १९२६मध्ये 'तरुण भारत' हे साप्ताहिक रूपात नागपूर येथून सुरू झाले. या वृत्तपत्रांनी विदर्भातील ग्रामीण भागावर मोठा प्रभाव पडला. तसेच १९३२ पुण्यामध्ये डॉ. परुळेकर यांनी 'दैनिक सकाळ', १९३५मध्ये 'लोकशक्ती' व त्यानंतर 'लोकमत', 'पुढारी' अशी अनेक वृत्तपत्रे सुरू झाली. डॉ. बाबासाहेब आंबेडकर यांनी 'मूकनायक', 'बहिष्कृत भारत', 'जनता', 'प्रबुद्ध भारत' अशी चार वृत्तपत्रे दलितांना न्याय देण्यासाठी सुरू केली.

आचार्य अत्रे यांनी 'मराठा' या दैनिकाद्वारे संयुक्त महाराष्ट्राची चळवळ प्रखरपणे चालवली. १९४८मध्ये मुंबईहून 'लोकसत्ता' हे दैनिक सुरू झाले. शिक्षणाचे प्रमाण जसे जसे वाढले तसे वृत्तपत्रांचा खपसुद्धा वाढू लागला. अनेक जिल्ह्यांमध्ये स्थानिक वृत्तपत्रे प्रकाशित होऊ लागली. १८७४मध्ये महात्मा फुले व कृष्णराव भास्कर यांनी

जगण्याची भ्रांत असलेल्या त्या काळात सर्वसामान्य लोकांना वृत्तपत्रे घेणे परवडत नसे. महत्त्वाची घटना घडली की गावातले लोक एकत्रितरीत्या वृत्तपत्राचे वाचन करत.

'दीनबंधू' हे वृत्तपत्र सुरू केले. नागपूरमध्ये 'हितवाद' हे साप्ताहिक सुरू झाले. शेतीक्षेत्राला वाहिलेले 'ॲग्रोवन' हे दैनिक २००५मध्ये 'सकाळ समूहा'ने सुरू केले. स्वातंत्र्यापूर्वी या वृत्तपत्रांचा खप काही हजारांमध्ये असे. रजिस्टर ऑफ न्यूज पेपर यांनी प्रसिद्ध केलेल्या आकडेवारी नुसार २०२०-२१मध्ये संपूर्ण भारतात ७५० वृत्तपत्रांनी २२ कोटी ५८ लाख प्रती दररोज छापल्याचे म्हटले आहे. त्या वर्षी १२.६० टक्के एवढी वाचकांच्या संख्येत घट झाल्याचे नमूद करण्यात आले आहे. कोरोनाच्या पार्श्वभूमीवर वृत्तपत्रांनादेखील बराच आर्थिक फटका बसला.

अति माहितीच्या जगात खरी बातमी कोणती असा प्रश्न पडू लागला आहे. कुठलेच कष्ट न करता काही कोटींची लॉटरी आपल्याला कशी लागली, असा प्रश्न शिकलेल्या माणसांनासुद्धा पडत नाही आणि दररोज सायबर गुन्ह्यांचे प्रमाण वाढतंच आहे. अशा वेळी सत्य हे माहितीच्या जंजाळात कुठे तरी हरवून बसले की काय, असे मनात आल्याशिवाय राहत नाही.

❖❖❖

४३.
बैलगाडी ते विमान... बदलता प्रवास

अठराव्या शतकाच्या उत्तरार्धामध्ये मुख्यतः बैलगाडी आणि १८५३पासून निवडक मार्गावर सुरू झालेल्या रेल्वेगाड्या ही प्रवासाचे मुख्य साधने होती. तालुक्यामधील एक किंवा दोन लोकांकडे फक्त स्वतःच्या मोटार गाड्या होत्या. राजघराण्यांनी, सरदारांनी किंवा कुठल्या तरी व्यवसायामध्ये असल्यामुळे विशिष्ट लोकांकडे सुरुवातीच्या पहिल्या टप्प्यामध्ये वैयक्तिक वाहने आली. १९४८मध्ये पहिल्यांदा महाराष्ट्रात सार्वजनिक वाहतूक पुणे-नगर महामार्गावर एसटीच्या मार्गाने सुरू झाली. तिथून पुढे पाच-दहा वर्षांत झपाट्याने एसटीचा विस्तार झाला. निदान महत्त्वाची गावे एसटी मार्गाने जोडले गेली, तरीसुद्धा पक्क्या रस्त्यांचे जाळे फारसे नसल्यामुळे १९९५पर्यंत म्हणजे पुढची पन्नास वर्षे आमच्याही गावात एसटी सुरू करावी, अशी मागणी लोकप्रतिनिधी राज्य पातळीवर करीत असत. एसटीकडून मात्र पक्की बारमाही सडक केल्यास आणि प्रवासी संख्या पुरेशी असल्यास एसटी सुरू केली जाईल, असे उत्तर दिले जाई.

एखाद्या गावातून सकाळच्या एसटीने जाऊन तालुक्याची कामे करून पुन्हा त्या व्यक्ती संध्याकाळच्या एसटीने परत गावात येत. ज्या गावांमध्ये मुक्कामी एसटी असे त्या गावातील लोक हौसेने कंडक्टर-ड्रायव्हर यांची सोय करीत. रस्त्यावरील बसस्टॉपवर लोक दीड ते दोन तास बसच्या वेळेच्या अगोदरच जाऊन बसत. बाजाराला जाताना डोक्यावर टोपली, त्यामध्ये फिरकीचा तांब्या भरून पाणी, फडक्यात गुंडाळलेल्या भाकरी आणि विकायच्या वस्तू असा लवाजमा असे. एसटी चुकली नाही पाहिजे याबद्दल लोक फार जागरूक असत. या काळामध्ये वेगवेगळ्या प्रकारचे किस्से घडत. गावातला एखादा मोठा असामी किंवा मामलेदार येईपर्यंत बस अर्धा

तास थांबल्याची उदाहरणे आहेत. पहिले बाकडे महत्त्वाच्या व्यक्तींसाठी राखून ठेवले जाई. तालुक्याच्या किंवा जिल्ह्याच्या कोर्टात कैद्यांना सर्रास बेड्या घालून एसटीमध्ये बसवून घेऊन जात. लहानपणी अनेक शालेय मुलांना याचे फार कुतूहल वाटत असे.

या काळात सर्व कार आयात होत होत्या. हिंदुस्थान मोटर्स कंपनी (फियाट, पद्मिनी) १९४२मध्ये सुरू झाली. जीप (महिंद्रा आणि महिंद्रा कंपनी) १९४५ला सुरू झाली. आताच्या नव्या पिढीला हे फार आश्चर्यकारक वाटेल परंतु जुन्या पिढ्यांच्या बाबतीत ही गोष्ट जणू अंगवळणी पडली होती. बस आल्यानंतर ज्यांचा माल आहे व जड वस्तू आहेत त्यांना स्वतः एसटीच्या मागील शिडीवरून टपावर टाकायचे काम करावे लागे.

भारतातील पहिली कार १८९७मध्ये रस्त्यावर आली. १९८०नंतर यामध्ये झपाट्याने वाढ झाली आणि १९९०नंतर विविध प्रकारची वाहने महाराष्ट्रात फिरू लागली. दुचाकी गाड्या आल्या आणि त्यांनी प्रवास झटकन होतो आहे ते लक्षात आल्यावर एसडी, जावा अशा मोटरसायकल ग्रामीण भागात सगळीकडे दिसू लागल्या. प्रवासाच्या साधनांमध्ये गेल्या शंभर वर्षांत खूप प्रगती झाली. आता वापरत असलेल्या १००पेक्षा जास्त प्रकारच्या वैयक्तिक कार, मोटार, मोटारसायकल इत्यादी अगदी अलीकडे १९९०पर्यंत दिसत नसत. आता शहरांमध्ये मेट्रो, मोनोरेल, हायस्पीड ट्रेन आणि रेल्वे मार्ग, पॅसेंजर एक्स्प्रेस, दुरांतो एक्स्प्रेस, एसी चेअरकार अशा प्रकारच्या विविध रेल्वे गाड्या वापरत आहेत. संपूर्ण जगात सगळ्यात मोठे रेल्वेचे जाळे भारतात आहे. यामध्ये १९६०पासून नॅरो गेज व मीटर गेज बंद करून ब्रॉडगेज करण्याचं आणि इलेक्ट्रिक ओव्हरहेड वायरने जोडण्याचा एक महत्त्वाकांक्षी कार्यक्रम सुमारे चाळीस वर्षे सुरू आहे. प्रत्यक्षात देवाची गाडी मानली गेलेली मिरज-कुर्डूवाडी-मिरज- पंढरपूर-कुर्डूवाडी पॅसेंजर ही वारकऱ्यांमध्ये अतिशय प्रसिद्ध होती. रेल्वेचे तिकीटसुद्धा अतिशय

एखाद्या गावातून सकाळच्या एसटीने जाऊन तालुक्याची कामे करून पुन्हा त्या व्यक्ती संध्याकाळच्या एसटीने परत गावात येत. ज्या गावांमध्ये मुक्कामी एसटी असे त्या गावातील लोक हौसेने कंडक्टर-ड्रायव्हर यांची सोय करीत. रस्त्यावरील बसस्टॉपवर लोक दीड ते दोन तास बसच्या वेळेच्या अगोदरच जाऊन बसत. बाजाराला जाताना डोक्यावर टोपली, त्यामध्ये फिरकीचा तांब्या भरून पाणी, फडक्यात गुंडाळलेल्या भाकरी आणि विकायच्या वस्तू असा लवाजमा असे. एसटी चुकली नाही पाहिजे याबद्दल लोक फार जागरूक असत.

कमी होते. बहुसंख्य यात्रा व विद्यार्थ्यांच्या सहली राज्यामध्ये एसटीमार्फत आणि राज्याबाहेर रेल्वेने होत. मागच्या रेल्वे स्टेशनवर गाडी आली की त्याची एक घंटा होई आणि त्यामुळे आता थोड्याच वेळात गाडी येणार म्हणून लोकांचा उत्साह वाढत असे. आता सर्रासपणे भारतातील १००पेक्षा जास्त शहरे दैनंदिन पातळीवर विमान सेवेने जोडण्यात आली आहेत. पूर्वी ज्या ठिकाणी जायला तीन दिवस लागत, असे हे ठिकाण आता एक ते दोन तासांच्या अंतरावर आले आहे. बंगळुरू-दिल्ली अशा शहरांमध्ये सकाळच्या विमानाने जाऊन सर्व कामे करून पुन्हा संध्याकाळच्या विमानाने परत येणाऱ्यांची संख्या प्रचंड आहे. आता महाराष्ट्रातील राष्ट्रीय महामार्ग १७ हजार ७२६ कि.मी., प्रमुख राज्य महामार्ग २९६७ कि.मी. राज्य महामार्ग २९ हजार ०३० कि.मी, प्रमुख जिल्हा रस्ते ६३ हजार ८८६ कि.मी., इतर जिल्हा रस्ते ४७ हजार ३९८ कि.मी. आणि ग्रामीण रस्ते १ लाख ४८ हजार ३३५ कि.मी. लांबीचे असे विस्तीर्ण जाळे निर्माण झाले आहे. महाराष्ट्राचे दळणवळणाचे चित्र १०० वर्षांत फार बदलले आहे.

❖❖❖

४४.

पर्यटनाच्या नव्या दिशा

पर्यटन हे १२५ वर्षांपूर्वी आपापल्या तालुक्यातील एखाद्या महत्त्वाच्या धार्मिक स्थळाभोवती केंद्रित होते. घरातल्या ज्येष्ठ लोकांना व विशेषतः आईवडिलांना काशीयात्रा घडवून आणणे हा मुलांच्या कर्तव्याचा आवश्यक भाग होता. अशी यात्रा झाल्यावर मावंदं घालायची पद्धत होती. गावातल्या लोकांना व नातेवाइकांना थाटामाटात जेवण दिले जाई. पर्यटनाची सुरुवात ही मुख्यतः लग्नाच्या निमित्ताने घडत असे. नव्या नवरा-नवरीबरोबर आपापल्या कुलदेवतेला म्हणजे तुळजापूरला किंवा जोतीबाला जाऊन येणे ही अनेकांच्या वैवाहिक जीवनाची सुरुवात असे. पर्यटक हा शब्द १९००च्या शतकाच्या सुरुवातीला वापरला जाऊ लागला. १९४० ते १९५०च्या दरम्यान ब्रिटिश कॉमनवेल्थमध्ये अनेक देश सामील झाले आणि विकासातील पहिले पाऊल म्हणून परकीय चलन मिळविण्यासाठी पर्यटनाला चालना देण्याचे प्रत्येक सरकारने प्रयत्न केले. आता आधुनिक काळात पर्यटन हा एक सगळ्यात मोठा आंतरराष्ट्रीय उद्योग म्हणून विकसित झाल्याचे आपल्याला पाहायला मिळते.

१९५० ते १९७०च्या काळात भारतात व महाराष्ट्रात पर्यटन संस्था मोठ्या संख्येने विकसित झाल्या. एकमेकांच्या संगतीने ओळखीची कुटुंबे पर्यटनाच्या निमित्ताने एकत्र बाहेर पडू लागले. सुरुवातीच्या काळात हे पर्यटन मुख्यतः देशांतर्गत धार्मिक व पवित्र तीर्थक्षेत्रांच्या गावी होत असे. दूर अंतरावर रेल्वेने चारधाम यात्रा, कन्याकुमारी, हरिद्वार, ऋषिकेश अशा तीर्थक्षेत्राच्या सहली होऊ लागल्या. पर्यटनाच्या बरोबर आठवण म्हणून त्या त्या भागातल्या वस्तू खरेदी करण्याकडे लोकांचा कल झाला. मागच्या पिढीतल्या अनेक लोकांकडे महाबळेश्वर वरून आणलेल्या काठी, आग्रा येथून आणलेल्या

ताजमहलची प्रतिकृती अशा गोष्टी आढळून येतात. हळूहळू रस्त्यांचे जाळे विकसित झाल्यावर वैयक्तिक वाहनांनी पर्यटन सुरू झाले. अनेक वेळा धार्मिक स्थळांच्या भेटी घडल्यावर अन्य ठिकाणीदेखील पर्यटन करण्यासाठी नवनवीन स्थळे शोधली जाऊ लागली. यामध्ये संग्रहालय, इतिहास प्रसिद्ध स्थळे, नैसर्गिक रम्य ठिकाणे, प्राचीन स्तूप, स्तंभ, विहार, स्मारके व कला निर्मितीची केंद्रे यांचा समावेश होऊ लागला. काही लोक नोकरीच्या निमित्ताने सभा, परिषदांच्या निमित्ताने बाहेरगावी गेल्यावर जवळची दोन-चार ठिकाणे पाहण्याची हौस पूर्ण करू लागली. जागतिक पातळीवर थॉमस कूक या व्यक्तीने सर्वप्रथम ६०० लोकांची लिसेस्टर ते लाफबरो अशी रेल्वे सहल आयोजित केली. त्याने १८५५च्या काळात पॅरिसमध्ये व युरोपमध्ये भव्य सहली आयोजित केल्या व त्यामुळे त्याला आधुनिक पर्यटन विभागाचा प्रारंभकर्ता असे म्हणतात. विमानसेवा अनेक देशांसाठी सुरू झाल्या नंतर परदेशी जाणाऱ्या लोकांच्या संख्येमध्ये मोठ्या संख्येने भर पडली.

ग्रामीण महाराष्ट्रातदेखील पर्यटनाचा मोठा परिणाम झाला. पारंपरिक ठिकाणांशिवाय महाराष्ट्र परिवहन विकास महामंडळाने विकसित केलेले चिखलदरा, वेंगुर्ला, पैठण, पाचगणी, कार्ला अशी नवनवी पर्यटन स्थळे निर्माण झाली आहेत. गेल्या २० वर्षांत तरुणांनी ट्रेकिंगच्या निमित्ताने सह्याद्रीचे कडे, गड किल्ले, थंड हवेची ठिकाणे व राज्यातील कोपरा न् कोपरा पिंजून काढला आहे. पर्यटनामुळे दुर्गम भागातसुद्धा पर्यटकांची वर्दळ वाढू लागली, पैसा खेळू लागला आहे. ईशान्येकडील देश, उत्तराखंड, हिमाचल, लेह-लडाख अशा भागात सेवा क्षेत्राची वाढ होण्यात पर्यटन क्षेत्राने मोठी मदत केली आहे. रोजगाराच्या संधी मिळण्यास हातभार लागला आहे. हॉटेल व्यवसाय, रिटेल शॉप, वाहन व वाहतूक व्यवस्था, करमणूक क्षेत्र, गेमींग, खाद्य व्यवसाय या सगळ्यांवर पर्यटनाचा मोठा सकारात्मक आर्थिक परिणाम होतो. सुमारे १३.२ लाख कोटी डॉलर एवढे परकीय चलन मिळवून देणारा, ५.८ टक्के सकल राष्ट्रीय उत्पन्न देणारा व ३२.१ दशलक्ष रोजगार निर्माण करणारा भारतीय पर्यटन उद्योग आहे. तमिळनाडू व महाराष्ट्र ही परदेशी पर्यटक सर्वांत जास्त संख्येने येणारी राज्ये आहेत. पर्यटनामुळे समाजातल्या विविध घटकांमध्ये पैसा फिरतो. राष्ट्रीय उत्पन्नामध्ये भर पडते. त्याचे ज्वलंत उदाहरण आपल्याला मसुरीसारख्या ठिकाणी किंवा हैद्राबादमध्ये पाहायला मिळते. मसुरीच्या राष्ट्रीय प्रबोधिनीमध्ये दरवर्षी १ हजारपेक्षा जास्त अधिकारी प्रशिक्षणाला जातात. त्यामुळे मसुरीतील खाद्यगृहे, हॉटेल, वुलनचे कपडे, पुस्तकालये अशा अनेक दुकानांची आर्थिक उलाढाल चांगल्या प्रमाणात होते. हीच गोष्ट अलाहाबाद, बनारस, हरिद्वार, कन्याकुमारी, तिरुपती येथील धार्मिक पर्यटनाच्या निमित्ताने पाहायला मिळतात.

सुमारे १३.२ लाख कोटी डॉलर एवढे परकीय चलन मिळवून देणारा, ५.८ टक्के सकल राष्ट्रीय उत्पन्न देणारा व ३२.१ दशलक्ष रोजगार निर्माण करणारा भारतीय पर्यटन उद्योग आहे. तमिळनाडू व महाराष्ट्र ही परदेशी पर्यटक सर्वांत जास्त संख्येने येणारी राज्ये आहेत. पर्यटनामुळे समाजातल्या विविध घटकांमध्ये पैसा फिरतो. राष्ट्रीय उत्पन्नामध्ये भर पडते.

पर्यटनामुळे आपल्या लक्षात येणार नाही अशा विविध स्वरूपांच्या रोजगारांमध्ये वाढ होते. हिमालयामधील पर्यटनामध्ये मार्गदर्शक, ओझे वाहणारे लोक, खेचरावरून प्रवासाची वाहतूक करणारे लोक, आचारी अशा अनेक प्रकारचे रोजगार निर्माण होतात. या शिवाय सहली आयोजित करणाऱ्या प्रवासी संस्था, वाहतूक करणारे बस चालक, टुरिस्ट गाइड, हा सगळा हिशेब ठेवणारे अकाउंटंट, आचारी, मनोरंजन करणारे लोक, फोटोग्राफर अशा अनेक स्वरूपाचे रोजगार निर्माण होतात. स्वित्झर्लंडसारख्या छोट्या देशातील अनेक काम करणाऱ्या लोकांपैकी ५ टक्के लोक हे पर्यटन क्षेत्रात गुंतलेले आहेत. थायलंड, सिंगापूर, मलेशिया हे देश पर्यटनाला मध्यवर्ती ठेवून देशाची आर्थिक गणिते जमवू पाहत आहेत.

'पर्यटक होऊ नका तर प्रवासी व्हा' असे एक सुभाषित आहे व संपूर्ण जग अधिक जवळ येत आहे. अशावेळी रसेल बेकरचे पर्यटनावरील सुभाषित कसे विसरता येईल? तो म्हणतो, की 'पर्यटक म्हणून सर्वांत वाईट काय असेल तर ते म्हणजे इतर पर्यटकांनी तुम्हाला पर्यटक म्हणून ओळखणे!'

❖❖❖

४५.

मार्केटिंगचे बदलते तंत्र

गावगाड्यामध्ये १०० वर्षांपूर्वी फिरस्ते मुख्यतः दुकानदारी करत असत. प्रत्येक गावामध्ये कायमस्वरूपी दुकानदार नसत. यात्रा किंवा जत्रांमध्ये मालाला उठाव असे. खरी ग्रामीण महाराष्ट्रातील दुकानदारी ही तात्पुरत्या स्वरूपात गावात येणाऱ्या फिरत्या दुकानांमार्फत यात्रेत किंवा कसब्यामध्ये, पेठेमध्ये किंवा शहरांमध्ये चालत असे. गेल्या दहा दशकांमध्ये मार्केटिंग करण्याच्या या पद्धतीमध्ये आमूलाग्र बदल झालेला आहे. सुरुवातीच्या काळात शेतकऱ्यांना लागणारे बी-बियाणे उसनवारी करून त्यांना खरेदी करावे लागत असे. हे बियाणे इतर कुणब्यांकडून किंवा वाण्यांकडून घेतले जात होते. फार थोडे शेतकरी बी-बियाणे रोखीने घेत असत. व्यापारीसुद्धा आपले देणे वसूल करण्यासाठी धान्यांचा साठा करत. युरोपीय व्यापारी जास्त पैसे देऊन कपाशीसारखे पीक खंडाने घेत असत. त्या वेळी व्यापारी, त्यांचे दलाल, नोकर यांच्यामुळे शेतकऱ्यांना २५ टक्के तोटा होत असल्याचे म्हटले जाते. या सगळ्यांचा परिणाम म्हणून वाण्याने वर्षभर लागणारा किराणा माल, कापड, शेतकऱ्यांच्या कुटुंबातील सर्वांना लागणारे कापड, धोतर, लुगडी पुरवावी, वरखर्चासाठी आणि या व्यापाऱ्यांचे देणे देण्यासाठी सावकारांनी खावटी कर्ज द्यावे. शेतकऱ्यांनी वर्ष संपले की उधारीच्या खात्यातील सर्व रक्कम चुकवावी, अशी पद्धत होती.

आजही राज्यातील ग्रामीण भागात विशेषतः एकत्र कुटुंबामध्ये ठरावीक दुकानदारांकडूनच मागणीप्रमाणे जिन्नस घ्यायची पद्धत आहे. वर्षाच्या शेवटी पैसे दिले जात असल्याने शेतकरीसुद्धा उधारीच्या मालासाठी किती दर लावला जात आहे हे बारकाईने पाहत नाही. त्या काळात अशा पद्धतीने मुख्यतः वस्तूचा व्यापार होत

असल्याने रोख रोकड फारशी कुणाकडेही नसायची. हळूहळू रोकडीचे महत्त्व वाढत गेले आणि ज्याच्या घरात रोकड आहे त्यालाच लोक माय-बाप समजू लागले. या प्रक्रियेमध्ये काही शेतकऱ्यांकडे बैल, बारदानासुद्धा उरला नाही तेव्हा त्याची पेरणी, काढणी, मळणी ही कामे आजूबाजूचे शेतकरी इर्जिकीने करू लागले. अशावेळी त्या शेतकऱ्याला मदत करणाऱ्या इतर शेतकऱ्यांसाठी न्याहारी, दुपारचे जेवण व संध्याकाळचे जेवण करावे लागत असे. १९७०पर्यंतचा काळ या पद्धतीने गेला. बहुसंख्य शेतकरी हे निरक्षर व नडलेले असत. वजनमापाची गुंतागुंत, प्रत्यक्ष बाजारभाव, हिशेबात धरलेली तूट, कसर, व्याजाचा दर, मापाचे गणित, वाहतुकीचा खर्च, हुंडेकरी यांची पट्टी, धरलेली घट, हमाली, नफा-तोटा या सगळ्यांबद्दल शेतकऱ्यांना फारसे काही कळत नव्हते.

आता काळ बदलला असून, आधुनिक बाजारपेठेशी ग्रामीण भाग जोडला गेला आहे. शेती प्रदर्शनापासून सर्व ठिकाणी शेतकरी चिकित्सक पद्धतीने वस्तूंच्या अचूक किमती शोधण्याचा प्रयत्न करत आहे. एक वस्तू वर आणखी एक वस्तू मोफत देणाऱ्या आधुनिक शहरी व्यापारालासुद्धा मला एकच वस्तू घ्यायची आहे, असे सांगून तो विकणाऱ्यांनाच बुचकळ्यात पाडत आहे. गेल्या तीन-चार वर्षांत तर ग्रामीण बाजार पेठांकडे मोठमोठ्या मल्टिनॅशनल कंपन्यांचे लक्ष गेले असून, तिथे खतांची दुकाने, बियाण्यांची दुकाने, साड्यांचे मॉल होऊ लागले आहेत. शहरी माणसांसारख्या ग्रामीण ग्राहक छापील किंमत देऊन लगेच वस्तू घेताना दिसत नाही. छापलेल्या किमतीच्या चाळीस-पन्नास टक्के कमी किमतीने सुरुवात करून अचूक किमतीपर्यंत भाव करताना दिसत आहे. ऑनलाइन मार्केटमधून ग्रामीण ग्राहक फारसा खरेदी करत नसला तरी त्या वस्तूंची ऑनलाइन किंमत मोबाईलवर पाहून त्यानंतर तो व्यवहार करण्यात तरबेज झाला आहे.

जगभर यशस्वी झालेल्या मल्टिनॅशनल कंपन्या भारतीय ग्रामीण बाजारपेठेत फारशा यशस्वी झाल्या नाहीत. त्याचे एक कारण आपल्या ग्राहकांमध्ये असलेली चिकित्सकपणाची वृत्ती आणि फक्त गरजेची वस्तू घ्यावयाची वृत्ती यामध्ये असावे. मार्केटिंगच्या वादळात ग्रामीण भाग मात्र खंबीरपणे मार्केटिंगच्या आधुनिक तंत्राला धक्का देताना दिसत आहे. 'फर्निचर पसंत पडले नाहीतर एक महिन्यात दिलेले फर्निचर आम्ही परत घेऊन जाऊ' अशी एक जाहिरात वाचून एका बागायतदाराने मुलीच्या लग्नात १५ हजार रुपयांना एक सोफासेट खरेदी केला. शिवाय खरेदी करताना किमान दहा वेळा विक्रेत्या माणसाला त्याने तुम्ही फर्निचर नापसंत करूनसुद्धा परत नाही नेले तर काय करायचे, अशी विचारणा केली. शेवटी अर्धा तास त्या एकाच मुद्द्यावर घासाघीस सुरू राहिली. काहीही करून आज सोफासेट या माणसाला विकायचाच याच जिद्दीने व्यापाऱ्याने शेवटी १२ हजार ॲडव्हान्स भरून घेऊन व ३ हजार शिल्लक ठेवून सोफासेट

जगभर यशस्वी झालेल्या मल्टिनॅशनल कंपन्या भारतीय ग्रामीण बाजारपेठेत फारशा यशस्वी झाल्या नाहीत. त्याचे एक कारण आपल्या ग्राहकांमध्ये असलेली चिकित्सकपणाची वृत्ती आणि फक्त गरजेची वस्तू घ्यावयाची वृत्ती यामध्ये असावे. मार्केटिंगच्या वादळात ग्रामीण भाग मात्र खंबीरपणे मार्केटिंगच्या आधुनिक तंत्राला धक्का देताना दिसत आहे.

विकला. त्या बागायतदाराचे गाव २५ किमी अंतरावर अतिशय खराब रस्त्याने, परंतु मुख्य रस्त्यापासून इतके आत होते, की फ्री होम डिलिव्हरी करताना १५०० रुपये खर्च झाला. १५ दिवस झाल्यावर माझ्या घरच्यांना सोफ्याचा कलर आवडला नाही. त्यामुळे माझे पैसे परत द्या आणि सोफासेट घेऊन जा, असे त्याने दुकानदाराला सांगितले. इतक्या दुर्गम भागातून परत सोफासेट आणायचा खर्च करण्यापेक्षा राहिलेले पैसे देऊ नका, पण सोफासेट परत करू नका! अशी विनवणी करण्याची पाळी दुकानदारावर आली.

अशा थोर मार्केटिंग तज्ज्ञाच्या बुद्धीची व डोक्याची अद्याप जगाने दखल कशी घेतली नाही याचेच आश्चर्य वाटते. ग्रामीण भागातील मार्केटिंगचे धडे हॉवर्डसारख्या जगप्रसिद्ध अमेरिकन विद्यापीठाच्या तज्ज्ञांनी गिरवल्याशिवाय मल्टिनॅशनल कंपनीने ग्रामीण भारतात फार यश मिळणार नाही, असे सारखे वाटत राहते.

❖❖❖

४६.

व्यवसायाचे विस्तारलेले विश्व

गेल्या शतकात व्यवसायांमध्ये मोठ्या प्रमाणावर बदल झालेले आहेत. वस्तूंचा आणि सेवांचा समाजाला पुरवठा करणारी व्यवस्था म्हणजे व्यवसाय होय. औद्योगिक क्रांतीनंतर आणि यांत्रिकीकरणानंतर व्यवसायांचा विस्तार वाढला. सुरुवातीला लाकूड उद्योग, घरे बांधण्याचा उद्योग, कापड उद्योग, तेल आणि रसायन उद्योग, खाद्य इत्यादी उद्योग होते. हे उद्योग मुख्यतः नैसर्गिक सामग्रीवर अवलंबून होते. लाकडापासून हत्यारे बनवणे. बैलगाडी-रथ बनवणे, घराचे दरवाजे, विहिरीवरील मोटा चालविण्यासाठी रहाट असे लाकडासंबंधी व्यवसाय होते.

भारताच्या १९०१मध्ये झालेल्या जनगणनेमध्ये रेल्वेचे जाळे ४० हजार कि.मी. एवढे विस्तारलेले होते. त्या वेळी रेल्वेने मुख्यतः अन्नधान्याची वाहतूक होत होती. या जनगणनेमध्ये बंगालमध्ये तागाचे एकूण ३४ कारखाने सुरू होते. त्यामध्ये सुमारे १ लाख कामगार होते. मुंबईमध्ये १३८ कापड गिरण्यांमध्ये १.०७ लाख कामगार काम करीत होते. ९० टक्के लोकांचा व्यवसाय हा शेती होता. ग्रामीण भागातील व्यवहार हा वस्तूंमधून चालत असे. त्यामुळे धान्य, तेलबिया, शेंगदाणे, फळे देऊन शेतात न पिकणाऱ्या तेल, मीठ, चहा, कापड या वस्तू खरेदी केल्या जात. पिके शेतात उभी राहिल्यापासून खळे उलगडेपर्यंत वाणा-सौदा, मीठ, कुंकू, बांगड्या, सुई-दोरा, पोत, मिठाई, कापड, भांडीकुंडी, शिवलेले कापड या वस्तू तेली, शिंपी, कुंभार, कासार हे हाळकरी लोक विकत असत. शेतकरी शेतमजूर, कुळे, सरकारी उद्योगांमध्ये काम करणारे कामगार, मिल कामगार व खाण उद्योगासारख्या मोठ्या उद्योगात सर्वांत जास्त लोकसंख्या सामील होती. दुसरा मोठा वर्ग हा कुटीर उद्योग म्हणजे विणकाम करणारे,

लोहार, सोनार असे ग्रामीण कारागीर यांचा भरणा होता. अनेक लोक हे एकापेक्षा जास्त व्यवसाय करून आपले पोट भरण्याचा प्रयत्न करत.

आधुनिक काळात आता उद्योगांचे आणि व्यापाराचे विश्व विस्तारले आहे. वस्तूंची उत्पादने करणारे उद्योग हे निर्मिती उद्योग म्हणून, बांधकाम उद्योग, प्रक्रिया उद्योग आणि सेवा उद्योग असे उद्योगांचे मुख्य प्रकार मानले जातात. गेल्या दहा दशकांमध्ये शहरीकरण ५२ टक्क्यांपर्यंत पोहोचले आहे. पारंपरिकरीत्या भारतातील व्यवसाय हे स्थानिक ज्ञानावर व कच्च्या मालावर अवलंबून होते. त्यांना जगभरातून मागणी होती. परंतु ब्रिटिशांच्या काळात स्थानिक उद्योगांचे मोठे नुकसान झाले. कल्पकता आणि नावीन्य याला स्थान उरले नाही. जगात प्रसिद्ध असलेल्या रेशीम आणि कापूस मार्गाचे भारत हे मध्यवर्ती ठिकाण होते. इ.स. १७००मध्ये जगाच्या सकल उत्पन्नामध्ये भारताचा वाटा २४.४ टक्के एवढा होता. १९९१च्या आर्थिक सुधारणांनंतर कारखाने वाढविण्यासाठी लागणारे विविध परवाने किचकट नियम, कर परवाना शुल्क, बँकिंग क्षेत्र यामध्ये झालेल्या सुधारणांमुळे व्यवसायाचे जगच जणू बदलून गेले.

आता माहिती तंत्रज्ञान, उद्योग, टेलिकॉम उद्योग, औषध उद्योग, ऑटोमोबाइल, हॉटेल, वस्त्र अभियांत्रिकी, करमणूक क्षेत्र अशा विविध क्षेत्रांमध्ये भारताने मोठे नाव कमावले आहे. नावीन्य आणि तंत्रज्ञान या दोन्ही शब्दांमुळे जणू व्यवसाय क्षेत्रात प्रचंड क्रांती झाली. गेल्या तीन दशकांमध्ये अनेक जुने व्यवसाय मोडीत निघाले व नवीन व्यवसाय नावारूपाला आले. ग्रामीण महाराष्ट्रातील एकेकाळी प्रत्येक गावामध्ये दिसणारे तेलाचे घाणे, लोहार उद्योग, सुतार उद्योग हे दिसेनासे झाले आहेत. विविध सेवा पुरवणारे उदाहरणार्थ, मिरची कांडप यंत्रे, टेलर, रफू काम करणारे, टांगावाले, पाटा-वरवंटा तयार करणारे, कॅसेट विक्रेते, गोधडी शिवणारे, सुया-पोत विकणारे लोक दिसेनासे झाले आहेत. गावोगावी दिसणाऱ्या टुरिंग टॉकिज, तंबूतील तमाशा, व्हिडिओ पार्लर आता दिसत नाहीत. शॉपिंग मॉल, मल्टिप्लेक्स, आय.टी. पार्क आणि त्याबरोबर फास्ट फूडची हजारो दुकाने, आइस्क्रीम पार्लर, सायबर कॅफे सगळीकडे दिसू लागले आहेत.

डॉक्टरकडे जाताना घरची रिकामी औषधाची बाटली घेऊन जाणारे लोक दिसेनासे झाले आहेत. दूध, तूप, तेल, फळांचे रस, ताक आता टेट्रा पॅकमधून विक्रीला आहेत. व्यवसायांचे क्षेत्रसुद्धा अधिक स्पर्धात्मक होत असून, इंटरनेटमुळे आणि ऑनलाइन मार्केटमुळे शहरातील दुकान कोणत्या महत्त्वाच्या बाजारपेठेत आहे याचे महत्त्व हळूहळू कमी होताना दिसत आहे. जकात रद्द केल्यानंतर शहर आणि शहराबाहेरील भाग यातील फरकही संपुष्टात आला आहे. मोठ्या ई-कॉमर्स कंपन्या सणाच्या तीन ते चार दिवसांत जेवढा व्यवसाय करतात तेवढा व्यवसाय शंभर दुकानदार वर्षभरातपण करत नाही.

नावीन्य आणि तंत्रज्ञान या दोन्ही शब्दांमुळे जणू व्यवसाय क्षेत्रात प्रचंड क्रांती झाली. गेल्या तीन दशकांमध्ये अनेक जुने व्यवसाय मोडीत निघाले व नवीन व्यवसाय नावारूपाला आले. ग्रामीण महाराष्ट्रातील एकेकाळी प्रत्येक गावामध्ये दिसणारे तेलाचे घाणे, लोहार उद्योग, सुतार उद्योग हे दिसेनासे झाले आहेत.

तरुण विद्यार्थी कॉलेजमध्ये असतानाच स्वतःची स्टार्टअप कंपनी काढण्याच्या विचारात आहेत. बहुजन समाजाची पहिली पिढी शेतीमध्ये, दुसरी पिढी नोकरीमध्ये तर तिसरी पिढी व्यवसायात उतरायला तयार आहे. ग्राहकांच्या दृष्टीने 'ग्राहक देवो भव्' असे दुकानात लिहिलेले वाक्य प्रत्यक्षात उतरताना दिसत आहे. मात्र अशा वेळी ऑनलाइन फसवणुकी आणि खोट्या आमिषाला बळी पडून ज्या व्यवसायांचा ज्यांनी कधी कोणी विचार केला नसेल अशी कुठलीच वस्तू न विकणारे व दुसऱ्यांच्या बँकेतील पैसे काढून घेणारे उपद्रवी व्यवसायदेखील वाढीला लागले आहेत. बदलत्या या मार्केटिंगच्या जगात माणूस अधिक गोंधळलेला पाहायला मिळत आहे. आपल्यात कुठलीच पात्रता नसताना व अर्ज केलेला नसताना २५ लाख पगाराची नोकरी कशी मिळते व ५० लाखाची लॉटरी त्यांना कशी लागते, असा साधा प्रश्न त्याला पडत नाही. हेच खरे आव्हान ठरेल!

❖❖❖

४७.

बाजारहाट ते बिग बास्केट

बाजार हा शब्द मूळचा पर्शियन आहे. पूर्वीच्या काळी तटबंदी असलेल्या गावांमध्ये छोटी-छोटी दुकाने लावून बाजार भरत असत. बाजार या पर्शियन शब्दाचा मूळ अर्थ हा गावाचे व्यापाराचे केंद्र असा होतो. वस्तू घेणारे व विकणारे व्यापारी, पैसे देणारे सावकार आणि कलाकार मिळून बाजार ही संकल्पना तयार होते. इ.स. पूर्वी ३००० वर्षांपासून बाजार ही संकल्पना आहे. सुरुवातीला गावाच्या वेशीच्या बाहेर बाजार भरत, असे इतिहास तज्ज्ञ सांगतात. हळूहळू अशा महत्त्वाच्या बाजारांचे जाळे एकमेकांना जोडले गेले आणि त्यापासून जागतिक पातळीपर्यंत व्यापार, उदीम चालत असे. विजयनगर, आग्रा, सुरत, इस्तंबूल, काबुल, पेशावर अशी महत्त्वाची शहरे व्यापारी मार्गावर विकसित झाली. इ.स. चौथ्या शतकापर्यंत उंटावरून किंवा घोड्यावरून हे तांडे पोर्तूगाल आणि पर्शियाकडे जात. त्या काळात व्यापारी महामार्गावर व्यापाऱ्यांची वर्दळ फार वाढली होती. पूर्वीच्या काळी दैनंदिन पातळीवर बाजार भरत नसल्यामुळे त्या त्या भागातील सण, यात्रा इत्यादी लक्षात घेऊन व्यापारी यात्रेच्या एक आठवडा आधी आपला माल विक्रीला ठेवत असत. मध्य पूर्वेतील शहरामध्ये बाजाराच्या जागा बांधण्यात आल्याचेदेखील पुरावे आहे. गेल्या शंभर वर्षांतील राज्यातील बाजारांचे चित्र पाहिले तर अनेक वैशिष्ट्ये निदर्शनास येतात.

आठवडे बाजार ही संकल्पनादेखील हे ग्रामीण भागाचे वैशिष्ट्य आहे. १९६१मध्ये झालेल्या जनगणनेत महाराष्ट्रातील आठवडे बाजार हा स्वतंत्र अहवाल प्रकाशित करण्यात आला होता. त्या वेळी बाजार ही संकल्पना अतिशय ढोबळ अर्थाने वापरले जात होती. १९१०मध्ये वेबस्टर डिक्शनरीने केलेल्या व्याख्येमध्ये 'बाजार' ही

ठरावीक जागेत व वेळेला खासगी मालाची विक्री व खरेदी होते, परंतु ती लिलावाद्वारे होत नाही असे ठिकाण, असे म्हटले आहे. १९३९मध्ये मुंबई कृषी मालाचा मार्केट कायदा करण्यात आला. शहरी किंवा ग्रामीण भागात आठवडे बाजार, घाट, मंडई, मंडी, गुजरी, विपनी, कोठी, बुघडी, गोल, गंज अशा वेगवेगळ्या नावाने बाजार ओळखला जातो. परंपरेने कोणत्या ठिकाणी व कोणत्या वेळी बाजार भरावा हे ठरत आले. पूर्वी ज्या ठिकाणी बाजार भरत होता ती वेळ किंवा जागा बदलायची असेल तरीसुद्धा जिल्हा दंडाधिकारी यांची पूर्वपरवानगी घेण्याची तरतूद १८६०मध्ये केलेल्या मार्केट व फेअर ॲक्टमध्ये करण्यात आली. अशा बाजारांमध्ये स्थानिक मालाच्या विक्रीशिवाय बाहेरचे व्यापारी, दलाल हेसुद्धा तंबू उभारून कपडे, बांगड्या, घरगुती वापराच्या वस्तू इत्यादी आणत असत. त्यामुळे आठवडे बाजार हे स्थानिक मालाचे एकत्रीकरण करण्याचे आणि अन्य ठिकाणी वितरण करण्याचे केंद्र होते. बाजाराच्या या साखळीमध्ये सर्वांत खाली फिरस्ते लोक असत. फिरस्ते लोक ठरावीक जातीचे असत व ते मुख्यतः विणलेले कापड, खाण्याचे गोडेतेल, बांगड्या, धान्य, मसाले, खेळणी आदी विकत. १९४०पासून मंडईमधील हे फिरस्ते लोक मोठ्या गावाच्या ठिकाणी दुकान लावून एकाच ठिकाणावरून व्यापार करू लागले व त्यांची जागा फाळणीच्या वेळी पूर्व पाकिस्तानमधून आलेल्या लोकांनी घेतली. हे फिरस्ती लोक सुरुवातीच्या काळात घोडे, बैल, नंतर बैलगाड्या तर काही जण सायकली यांचा वापर करीत असत. पूर्वी अशी मर्यादित दळणवळणांची साधने असताना आपल्या ओळखीच्या दहा-बारा आठवडी बाजाराला ते हजर राहत असत. त्यांच्याकडील माल जवळील शहरांमधून खरेदी केलेला असे व ते तो ग्रामीण भागात विकत असत. हळूहळू एका-एका वस्तूसाठी एक फिरस्ता ओळखला जाऊ लागला. गिऱ्हाइकांच्या बाबतीत आठवड्याचा किंवा महिन्याचा हिशेब ठेवला जाई किंवा रोखीने व्यवहार केला जात असे. बाजारासाठी सुरुवातीला 'हाट' हा असलेला शब्द पुढे बाजारहाट असा झाला. मराठी साहित्यातसुद्धा हाट शब्द व्यक्त झालेला आहे.

हाट भरला संसाराचा। नफा पाहावा देवाचा
तरीच या कष्टाचा। परियाये होतो॥

—समर्थ रामदास, दासबोध

एवढेच नाहीतर मराठी म्हण 'हटी जेवण मिठी निद्रा' ही माणसाचा स्वैराचार दाखविण्यासाठी सांगितली जात असे. दगडी चबुतरे बांधून व काही बाजार शुल्क ठरवून गावात आठवडा बाजार भरत असल्याचे १९३१च्या जनगणना अहवालात म्हटले आहे. १९६१मध्ये महाराष्ट्रात ३०१८ गावांत आठवडा बाजार भरत असे तर २२ गावांत

आठवडे बाजार ही संकल्पनादेखील हे ग्रामीण भागाचे वैशिष्ट्य आहे. १९६१मध्ये झालेल्या जनगणनेत महाराष्ट्रातील आठवडे बाजार हा स्वतंत्र अहवाल प्रकाशित करण्यात आला होता. त्या वेळी बाजार ही संकल्पना अतिशय ढोबळ अर्थाने वापरले जात होती. १९१०मध्ये वेबस्टर डिक्शनरीने केलेल्या व्याख्येमध्ये 'बाजार' ही ठरावीक जागेत व वेळेला खासगी मालाची विक्री व खरेदी होते, परंतु ती लिलावाद्वारे होत नाही असे ठिकाण, असे म्हटले आहे.

एका आठवड्यात दोन वेळा बाजार भरत असे. त्या वर्षी महाराष्ट्रात सुमारे २ लाख ७३ हजार दुकाने होती. त्यांपैकी १ लाख २० हजार दुकाने ग्रामीण भागात होती. पुढील ४/५ दशकांत अनेक शहरांमध्ये मंडई बांधण्यात आल्या. क्रॉफर्ड नावाच्या अधिकाऱ्याने रत्नागिरी, मुंबईसह अनेक ठिकाणी मंडई बांधण्याकडे विशेष लक्ष पुरविले. मार्केटमध्ये जागेसाठी, वस्तूंच्या विक्रीसाठी आणि मालाच्या वाहतुकीसाठी असणाऱ्या वाहनांकडून बाजार शुल्क घेतले जाई. बैलगाडीसाठी गाडी लोड, पोत्यांसाठी गोणी लोड आणि बोचक्यासाठी व बुट्टी यांसाठी वेगवेगळे दर असत. गेल्या १०० वर्षांचा बदल सोप्या भाषेत सांगायचा तर 'बाजारहाट ते बिग बास्केट' असा मांडता येईल.

❖❖❖

४८.

नोकरशाहीतील बदल

एकेकाळी कार्ल मार्क्सने नोकरशाही ही कधीच संपत्ती निर्माण करत नाही, ती केवळ संपत्ती नियंत्रित करते असे म्हटले होते. मॅक्स वेबर नावाच्या समाजशास्त्रज्ञाने 'आदर्श सिद्धान्तावर आधारलेली नोकरशाही ही सर्वश्रेष्ठ व्यवस्था असते' असे म्हटले आहे. ब्रिटिशकालीन प्रशासकीय व्यवस्थेमध्ये जास्तीत जास्त महसूल गोळा करणे व कोठेही दंगल किंवा कायदेभंग होऊ नये ही नोकरशाहीची दोन मुख्य कामे होती. त्यामुळे गुन्हा केला की पकडून नेणे, शिक्षा करणे आणि जेथे शक्य आहे तेथे वेगवेगळ्या प्रकारचे कर लावून कसलाही अपवाद न करता तो वसूल करणे हे प्रशासकीय अधिकाऱ्याचे मुख्य काम होते. १७७२मध्ये ब्रिटिशांनी जिल्हाधिकारी या पदाची निर्मिती केली. आय.सी.एस. ही परीक्षा उत्तीर्ण होणाऱ्या तरुण अधिकाऱ्यांना जिल्हाधिकारी म्हणून नेमले. स्वातंत्र्यानंतर विकासात्मक प्रशासन अशी भूमिका आपण स्वीकारली आणि जनतेच्या कल्याणाच्या विविध योजनांची अंमलबजावणी सुरू झाली. बघता बघता ब्रिटिश काळातील 'स्टील फ्रेम' आणि लोकांच्या अपेक्षा यामधील विसंवाद प्रकर्षाने निदर्शनास येऊ लागला. ब्रिटिशांच्या काळात उपेक्षित राहिलेल्या स्थानिक स्वराज्य संस्था अधिक प्रबळ झाल्या. भाषिक प्रांतरचना झाली. शिक्षण, सार्वजनिक आरोग्य, जलसिंचन, सामाजिक न्याय या विषयांकडे अधिक लक्ष देण्यास सुरुवात झाली. पाणीपुरवठा योजना, शेतीच्या योजना, यांच्यासाठी अधिक खर्च केला जाऊ लागला. बघता बघता स्थानिक पातळीवरील कार्यकर्ते व लोकप्रतिनिधी यांच्यात विकासाच्या योजना आपल्याच भागात याव्यात यासाठी स्पर्धा सुरू झाली.

एकेकाळी पहिल्या फळीचे जे प्रशासकीय अधिकारी होते ते अतिशय शिस्तबद्ध आणि नियमांच्या चौकटीत काम करणारे होते. लोकांच्या अपेक्षा मात्र जास्त वाढत होत्या. लोकांना नियम वाचून दाखवणारे आणि फक्त नियमाप्रमाणे काम करणारे अधिकारी नको होते. राज्यघटनेमध्ये लोकप्रतिनिधींनी कायदे करावेत, नोकरशाहीने त्यांची अंमलबजावणी करावी आणि न्याय व्यवस्थेने न्याय करावा अशी घटनात्मक रचना असताना बघता बघता एकमेकांच्या भूमिकेमध्ये डोकावण्यास सुरुवात झाली. ब्रिटिशांच्या काळात लाचार जनता व जुलमी व अहंकारी प्रशासन असे समीकरण बनले होते. गेल्या ५० वर्षांत झालेल्या अनेक प्रशासकीय सुधारणांमुळे प्रगती झाली आहे. आता विविध प्रकारचे अधिकारी निर्माण झालेले आपण पाहतो. पहिला गट हा लोकप्रतिनिधींची सोयीस्कर कामे करणारा व जनतेविषयी कोणतीच आपुलकी नसणारा गट आहे. काही लोक सरळ पद्धतीने समोर येईल तेवढेच काम करणारे व फक्त फाइलवर सह्या करणारे आहेत. लोकांचे प्रश्न सुटतात किंवा नाही याचे त्यांना सोयरसुतक नसते. तिसरा वर्ग नियम हे माणसांसाठी असतात, याचा कुठलाही विचार न करता 'नियमात नाही,' म्हणून अर्ज फेटाळणारे आहे. तर काही थोडेच लोक लोकाभिमुख व सकारात्मक काम करणारे आहेत. बहुतेक ज्येष्ठ प्रशासकीय अधिकाऱ्यांच्या मते नोकरशाहीचा दर्जा घसरलेला आहे. संपूर्ण देशात प्रशासनात काम करणाऱ्या लोकांची संख्या सुमारे ६४ लाख आहे, तर महाराष्ट्रात ही संख्या २० लाख आहे. ज्येष्ठ प्रशासकीय अधिकारी माधव गोडबोले यांनी जोपर्यंत 'सुशासन' हे ब्रीद वाक्य म्हणून मान्य होत नाही तोपर्यंत प्रशासनाच्या बाबतीत 'देखल्या देवा दंडवत' हा प्रकार चालूच राहणार व जागतिक महासत्ता व्हायचे असेल तर प्रशासनाकडे पण लक्ष द्यावे लागेल, असे त्यांनी म्हटले आहे. माजी निवडणूक आयुक्त टी. एन. शेषन यांनी स्वातंत्र्य हे माणसांचे शोषण करणारे साधन बनले आहे, अप्रामाणिकता आणि भ्रष्टाचाराच्या घाणीत दर्जाची व संधीची समानता दबून गेली आहे, असे म्हटले होते.

एका अधिकाऱ्याची लाकडी खुर्ची तुटायला आली म्हणून त्याला नवीन खुर्ची पाहिजे होती. त्याने बऱ्याच वेळा अर्ज करून नव्या खुर्चीची मागणी केली. ही फाइल सरकत सरकत वरिष्ठांकडे गेली. त्या फाइलवर अनेक प्रश्न विचारले गेले. त्याला विचारण्यात आले, की पूर्वी खरेदी केलेल्या खुर्चीची डेड स्टॉक रजिस्टरमध्ये केलेली नोंद कोठे आहे? तब्बल एक वर्षानंतर कंटाळून त्याने पुन्हा अर्ज करून नव्या खुर्चीबद्दलचा माझा अर्ज मी मागे घेत आहे. प्रकरण दफ्तरी दाखल करावे असे पत्र लिहिले. त्यावर पुन्हा विचारणा केली गेली, की यापूर्वी नव्या खुर्चीची नक्की मागणी केव्हा केली होती? केली असेल तर प्रस्ताव आता मागे घेण्याचे कारण काय? त्यावर त्याने कळवले, की खुर्चीची मागणी केलेली फाईल एवढी जाड झाली आहे, की मी

राज्यघटनेमध्ये लोकप्रतिनिधींनी कायदे करावेत, नोकरशाहीने त्यांची अंमलबजावणी करावी आणि न्याय व्यवस्थेने न्याय करावा अशी घटनात्मक रचना असताना बघता बघता एकमेकांच्या भूमिकेमध्ये डोकावण्यास सुरुवात झाली. ब्रिटिशांच्या काळात लाचार जनता व जुलमी व अहंकारी प्रशासन असे समीकरण बनले होते. गेल्या ५० वर्षांत झालेल्या अनेक प्रशासकीय सुधारणांमुळे प्रगती झाली आहे.

त्यावर बसूनच आता काम करीत आहे. त्यामुळे प्रस्ताव दफ्तरी दाखल करावा. तेव्हा कुठे फाइल बंद झाली.

जास्त शिकलेले असतील तर अधिकारी अधिक संवेदनशील बनतील हे तत्त्वसुद्धा नोकरशाहीने खोटे ठरवलेले दिसते. पूर्वी सातवी-आठवी शिकलेले कारकून किंवा जेमतेम बारावी झालेल्या राजपत्रित अधिकाऱ्यांचा दर्जासुद्धा आजकालच्या पदव्युत्तर शिक्षण घेतलेल्या अधिकाऱ्यांपेक्षा चांगला का होता, याचे आत्मपरीक्षण करावे लागेल. नोकरशाहीत आता प्रमोशन दुःख योग, नवा साहेब, नवी तक्रार योग, अखंड बदली योग, विचित्र बॉस योग, बंदोबस्त योग, सांगकाम्या योग, एस्टिमेट आजार योग, जोडून सुट्टी योग, वारंवार उद्घाटन योग, नकारघंटा योग, अगम्यभाषा योग असे अनेक योग दिसू लागले आहेत.

❖❖❖

४९.

नावात काय आहे?

नावात काय आहे, असे विख्यात नाटककार व कवी शेक्सपिअर यांनी म्हटले होते, त्यास आता ४०० वर्षे झाली. तरीसुद्धा नावातच सर्व काही आहे असा प्रत्यय पावलोपावली येत आहे. कितीतरी नावे बदललेली आहेत, मग ती माणसांची असो, जनावरांची असो, वस्तूंची असोत की दुकानांची!

जन्मवेळेनुसार लहान बाळाचं नाव कोणत्या आद्याक्षराने ठेवायचं हे ठरवले जात होते व आजही काही प्रमाणात तशीच पद्धत आहे. बहुसंख्य गरीब माणसे मात्र दगडू, धोंडू, कोंडू, मंदी, ठकी अशी नावे ठेवत असत. मुद्दामहून कोणाचे लक्ष जाणार नाही व लहान मुलांचे फार कौतुक होणार नाही असा त्याकाळी सामान्य लोकांचा विचार होता. अनेक पौराणिक आणि ऐतिहासिक नावे मध्यमवर्गामध्ये व उच्च वर्गामध्ये ठेवली जात. लग्न झाल्यानंतर कर्तव्य पाहून एकेरी नावांच्या पुढे राव, साहेब, भाऊ, भाऊसाहेब असे शब्द जोडले जात आणि माधवचा माधवराव किंवा रामचा रामभाऊ होत असे. महिलांच्या बाबतीत सीताचे सीताबाई, मंदाचे मंदाबाई, कांताचे कांताबाई होत असे. शाळेमध्ये मात्र प्रत्येकाच्या नावापुढे 'या' हा प्रत्यय लावून मधू नावाचे मध्या, रमेशचे रम्या होत असे. कुटुंबामध्ये मात्र थोरल्या बहिणीला अक्का आणि धाकटीला ताई या नावानेच बोलावले जायचे.

जसजसे शिक्षणाचे प्रमाण वाढले, शहरीकरण वाढले तसतशी नावे पण बदलत गेली. सगळ्यात अगोदर आईची मम्मी झाली आणि बाबांचे पप्पा झाले. तेव्हापासून त्यांनीसुद्धा पुस्तकातील नावे वाचून मुलांची नावे ठेवायला सुरुवात केली असावी. आपल्या मुलांची नावे कुटुंबात, गल्लीमध्ये किंवा गावांमध्ये शक्यतो दुसरे नाव नसेल

अशा पद्धतीने जाणीवपूर्वक लोक ठरवू लागले. या काळात पूर्वीची दगडोबा, धोंडिबा, नथोबा, बाळू ही नावे मागे पडली. लहान बाळाचे आयुष्य वाढावे, त्याच्या दोषांचे निराकरण व्हावे व परमेश्वराच्या प्रेमापोटी त्यांचे नामकरण मी करीत आहे असा संस्कृत श्लोक होता. पूर्वजांप्रमाणे आपल्या आपल्याला नाव देण्याची नव्या पिढीची इच्छा राहिली नाही. प्रसिद्ध व्यक्ती, प्रसिद्ध घटना, यावरून नावे ठेवण्याचा काही काळ ट्रेंड आला. सुरभी हा दूरदर्शनवरच्या कार्यक्रमानंतर 'सुरभी' हे मुलींचे नाव कुटुंबात ठेवले जाऊ लागले. हिंदी चित्रपट सृष्टीतील अशोक कुमार, धमेंद्र, राजेश, हेमामालिनी, राखी यांच्या नावाप्रमाणे नावे ठेवली जाऊ लागली.

१९७०-८०नंतर शिकलेली दुसरी पिढी आल्यावर अधिक मॉडर्न व अवघड नावे ठेवली जाऊ लागली. त्या वेळेपर्यंत जोडाक्षर असलेली चिन्मय, स्वराली, सूर्यद, ऋचा, अनुश्री, चैत्राली अशी नावे ठेवली जाऊ लागली. आता पुढचा टप्पा गाठला गेला असून, शक्यतो उच्चारही करता येणार नाही आणि लवकर लिहिताही येणार नाही अशी दुर्बोध नावे ठेवण्याकडे कल आहे. नावांनी राज्याच्या सीमा ओलांडल्या आहेत. दक्षिण भारतीय नावांमध्ये, तर प्रथम गावाचे नाव मग वडिलांचे नाव व त्यानंतर व्यक्तीचे नाव अशा पद्धतीने नावे असतात. पी. टी. उषा या प्रसिद्ध धावपटू असलेल्या ॲथलिटिक्सचे पिलाउल्लाकांडी थेकेपारंबील उषा असे उच्चारणेसुद्धा अवघड आहे.

इंग्रजी भाषेचा प्रभाव सर्व प्रकारच्या नावामध्ये दिसू लागला आहे. किराणा मालाचे दुकान ग्रॉसरी शॉप झाले व केशकर्तनालयाचे हेअर कटिंग सलून झाले आहे. घरांची व सोसायटींचे नावे क्रिसेंट मून, बेलमोंडा, ब्लूबर्ड, प्राईड, ऑप्टीमा अशी पाहिल्यावर शेकडो वर्षानंतर या ठिकाणी एकही मराठी माणूस राहत नसावा, असा अंदाज करणे सहज शक्य आहे. गायीचे नाव लहानपणी निबंध लिहिताना 'कपिला' असे होते आणि बैलांचे सर्जा आणि राजा. आता गायीचे नाव पण हिरॉइनवरून व बैलाचे नाव हिरोवरून ठेवले जात आहे. काही जमातींमध्ये आजही महाराष्ट्रात परंपरा किंवा अर्थ यांचा कसलाही संबंध न ठेवता प्रॅक्टिकल व दररोजच्या वापरातील शब्दांवरून हॉटेल, म्युझियम, मोबाईल, घड्याळ अशी माणसांची नावे ठेवली जात आहेत.

गेल्या शतकभरात नसलेल्या अनेक वस्तू नव्याने संशोधित झाल्यामुळे त्या नावांची भर आपल्या दैनंदिन वापरात आली आहे. मोबाईल, पेजर, स्मार्ट वॉच, प्रोजेक्टर, हार्डडिस्क अशी नावे वापरात आली आहेत. घरामधील स्वयंपाकघरामध्ये ग्रील, पेपररोल, पिझ्झा, बर्गर, टिश्यू पेपर अशी नावे आता ओळखीची वाटू लागली आहेत. शेतात काम करताना लागणारे पॉवर टिलर, हॅण्डफोर्क, स्प्रिंकलर, होसपाइप, अशी नावे सर्वसामान्यांच्या बोलण्यात येऊ लागली आहेत. ई - आद्याक्षर लावलेले ई-पेपर, ई-टेंडर, ई-कॉमर्स, ई-चलन, ई-रिक्षा असे शब्द आले आहेत. निसर्गात

लहान बाळाचे आयुष्य वाढावे, त्याच्या दोषांचे निराकरण व्हावे व परमेश्वराच्या प्रेमापोटी त्यांचे नामकरण मी करीत आहे असा संस्कृत श्लोक होता. पूर्वजांप्रमाणे आपल्या आपल्याला नाव देण्याची नव्या पिढीची इच्छा राहिली नाही.

आढळणाऱ्या वाघ, सिंह, हत्ती, चित्ता यांना काही ठिकाणी माणसांनी नावे दिली आहेत. युद्धनौकांना विक्रमादित्य, विराट, शक्ती, सह्याद्री अशी नावे दिली आहेत. माणसांच्या मनातील नावे आता सगळ्या वस्तूंना व प्राण्यांना दिली जात असल्यामुळे गोंधळ निर्माण झाला आहे.

वेगवेगळ्या कारच्या मॉडेलला व कोविडच्या लसींनासुद्धा नावे दिली जात आहेत. नाव देण्याचा व नाव ठेवण्याचा हा माणसांचा छंद आता कुठपर्यंत जाईल, हे सांगता येत नाही. काही दिवसांनी मुलांची नावे ही ई-२०, ई-२१ अशी झाली तर आश्चर्य वाटायला नको. नाहीतरी टेस्ला आणि ट्विटरचा मालक ईलॉन मस्कने त्याच्या नवीन जन्मलेल्या मुलाचे नाव 'XAE A-12' असे ठेवले आहे. मानवी जीवनाचे हे सांख्यिकीकरण तर नाही ना?

❖❖❖

५०.

अंत्यविधीच्या बदलत्या पद्धती

ग्रामीण महाराष्ट्र कशा पद्धतीने बदलला हे पाहताना अंत्यविधी पद्धतीत झालेले बदलही विचारात घेतले पाहिजे. मृत्यूनंतरच्या विधींमध्ये त्या त्या भागात असलेल्या चालीरीती आणि परंपरेप्रमाणे अंत्यविधी करणे, सावडणे, दहावा किंवा तेरावा दिवस हा मृत्यू पावलेल्या व्यक्तीचे दुःख संपवून गोड-धोडाचे जेवण आप्तेष्टांना दिले जात होते. दहावा किंवा तेराव्याला जवळचे नातेवाइक दुःखी कुटुंबप्रमुखाला टॉवेल, टोपी, कपडे देत. या संदर्भात जगातील भिन्न संस्कृतींमध्ये भिन्न चालीरीती आढळतात. प्रत्येक गोष्टींमध्ये बदल झाला आहे. मृत्यू झाल्यानंतर मृतदेहाला अंघोळ घालणे, कपडे घालणे, मंत्रपाठ म्हणणे, माळा किंवा वस्त्रे घालणे या बाबत प्रत्येक जातीमध्ये वेगवेगळी प्रथा होती व आहे. त्याचप्रमाणे मृत शरीराला स्मशानभूमीमध्ये नेईपर्यंत तिरडी, गाडी, पालखी, शवपेटी, खुर्ची आदी अनेक प्रकारचे वाहन वापरले जात असे. आता त्यात शववाहिकेची भर पडली आहे.

एकोणिसाव्या शतकाच्या सुरुवातीला महाराष्ट्रातील बहुतेक गावांमध्ये नियमित बांधकाम केलेली स्मशानभूमी नसायची. दोन ओढ्यांच्या संगमाच्या ठिकाणी किंवा नदीच्या कडेला अंत्यविधी केला जात असे. १९६०नंतर ग्रामपंचायतींमार्फत स्थानिकरीत्या स्मशानभूमीसाठी जागा निश्चित करून किंवा पत्र्याचे शेड करून स्मशानभूमीचे बांधकाम करण्यात आले. शहरांमध्ये मोठ्या लोकसंख्येला व विविध समाजाला पुरतील एवढ्या स्मशानभूमी बांधण्यात आल्या. लाकडे रचून मोकळ्या जागेत अंत्यविधी करायची पद्धत भारत आणि नेपाळमध्ये हजारो वर्षांपासून आहे. जागेच्या अभावी ही पद्धत प्रसिद्ध पावली. त्यानंतर बंद भट्टीत प्रेते जाळण्यास सुरुवात

झाली. जाळल्यानंतर एक-दोन किलो अस्थी शिल्लक राहतात. पुरातत्त्व खात्यानुसार प्रेते जाळण्याची ही पद्धत १७०० वर्षे जुनी आहे. ऑस्ट्रेलियामधील लोक मोंगो येथे अर्धवट जाळलेले मोंगो महिलांचे अवशेष पुरातत्त्व खात्याला सापडले. प्रेत जाळणे, पुरणे, उघड्यावर पक्ष्यांसाठी टाकणे या पद्धती त्या त्या संस्कृतीप्रमाणे हजारो वर्षांमध्ये उत्क्रांत झाल्या आहेत. प्राचीन इजिप्तमध्ये आत्म्याच्या प्रवासाच्या संकल्पनेतून मयत व्यक्तीला वेगवेगळे लेप देऊन त्याची ममी बनवण्याचे तंत्र प्रगत झाले होते. युरोपमध्येसुद्धा इ.स. २००० पूर्वी प्रेते जाळत असल्याचे पुरावे सापडले आहेत. प्रेते जाळण्याच्या भट्टीमध्येसुद्धा मोठ्या प्रमाणावर गेल्या शतकांत बदल घडले. औद्योगिक भट्टीमध्ये सुमारे ८७१ डिग्री ते ९८२ डिग्री एवढ्या तापमानामध्ये शरीराचे विघटन होते. या दाहिनीमध्ये ऑइल, नैसर्गिक गॅस, किंवा कोल गॅसचा जगभरात वापर होत आहे. औद्योगिक भट्टीऐवजी १९६०-७०च्या दशकात मोठ्या शहरात विद्युत दाहिनी बसवण्यात आल्या. पावसाळ्याच्या काळात वाळलेल्या लाकडाचा तुटवडा पाहता त्या तुलनेत विद्युत दाहिनी या वर्षभर चालत असल्यामुळे सुरुवातीच्या काळात विद्युत दाहिनीला असलेला विरोध हळूहळू मावळला. अगदी अलीकडे विद्युत दाहिनीऐवजी आता गॅस दाहिनी आल्या असून, गॅस दाहिन्यांमुळे अंत्यविधीचा खर्च बराच खाली आला आहे. सांगलीला जिल्हाधिकारी असताना मी यासंबंधी बरीच माहिती घेऊन अनेक नगरपालिकांमध्ये गॅस दाहिनी बसवण्यास प्रोत्साहित केले होते. पारंपरिक पद्धतीने लाकडांचा वापर करून अंत्यविधी केल्यास सुमारे ६ ते ७ हजार खर्च येतो, तर गॅस दाहिनीमुळे हा खर्च ७००-८०० रुपयांच्या खाली आलेला निदर्शनास आले.

अंत्यविधी केल्यानंतर नातेवाइकांना मिळणारी राख किंवा अस्थी यामध्येसुद्धा वेगवेगळ्या भागात वेगवेगळ्या पद्धती वापरल्या जात आहेत. पंडित नेहरू यांच्या मृत्यूनंतर त्यांच्या अस्थींचे विसर्जन हिमालयातील डोंगररांगांवर, अनेक नद्यांमध्ये व शेतांमध्ये करण्यात आले होते. आजही महाराष्ट्रातील अनेक लोक अस्थी विसर्जनासाठी नाशिकला जातात. परदेशात हेलियमच्या फुग्याद्वारे किंवा फटाक्यांद्वारे, बोटींद्वारे किंवा विमानांमध्ये टाकून राख आपल्याच शेतात किंवा झाडांना टाकून अस्थींचे विसर्जन करत आहेत. जागतिक पातळीवर काही कंपन्या अंत्यविधीनंतर आलेल्या अस्थी राखेचे रूपांतर कृत्रिम हिऱ्यांमध्ये (डायमंड) परावर्तित करून त्यांचे दागिने करत आहेत. या दागिन्यांना 'क्रिमेशन ज्वेलरी', 'फ्युनरल ज्वेलरी' किंवा 'स्मरण ज्वेलरी' म्हणून ओळखले जाते. आपल्या जिव्हाळ्याच्या व्यक्तीचे निधन झाल्यावर अस्थीचे रंगांमध्ये मिश्रण करून त्या रंगाने मृत व्यक्तीचे पोर्ट्रेट पेंटिंग करण्याचीसुद्धा पद्धत आहे. समाधी बांधून त्यामध्ये अस्थी ठेवण्याचीदेखील पद्धत आहे. गंगा, त्रिवेणी संगम, सतलज, गोदावरी नद्यांमध्ये पूर्वी प्रेते थेट पाण्यात सोडण्याची पद्धत होती. अतिशय प्रदूषण

वाढल्यानंतर ही पद्धत कमी झाली. कोविडच्या काळात अनेक जवळच्या नातेवाइकांना अंत्यदर्शनदेखील चेहरा पाहून करता आले नव्हते. जवळचे नातेवाइक नोकरी किंवा व्यवसायाच्या निमित्ताने परदेशी गेल्यानंतर व्यापारी तत्त्वावर अंत्यविधी करून देणारे व्यवसाय उभारले जात आहे. तंत्रज्ञानाने जग जवळ येत असले तरी अंत्यविधीच्या वेळी घरातली माणसे जवळ असू शकतील का, हे प्रश्नचिन्ह मोठे होत आहे.

एका शहरात अनेक दिवस आजारी असलेल्या सासूच्या मृत्यूनंतर सुनेने चक्क नोकरीच्या ठिकाणावरून फोन करून नवऱ्याला सांगितले, की तुम्ही हॉस्पिटलमधून बॉडी घेऊन परस्पर स्मशानभूमीमध्ये नेऊन अंत्यविधी करा. आपण दोघेच असताना बॉडी घरी आणण्यात काही अर्थ दिसत नाही. ही घटना सगळ्यांच्या जीवनात नवे प्रश्न निर्माण करणारी आहे, हे मात्र नक्की...

❖❖❖

लेखक परिचय

शेखर गायकवाड

एम.एस्सी. (कृषी), एम.ए. (समाजशास्त्र), एम.ए. (तत्त्वज्ञान), एल.एल.बी.

ईमेल : shekharsatbara@gmail.com

- भारतीय प्रशासकीय सेवेतील अधिकारी. १९८७मध्ये कोल्हापूर येथे प्रशिक्षणार्थी उपजिल्हाधिकारी म्हणून कारकिर्द सुरू.
- १९८९ ते ९१पर्यंत जिल्हा पुनर्वसन अधिकारी, १९९१ ते १९९४ सोलापूरचे प्रांताधिकारी, १९९४ ते ९५ सोलापूरचे जिल्हा पुरवठा अधिकारी, १९९५ ते २००५ हवेलीचे प्रांताधिकारी, मुख्यमंत्र्यांचे खासगी स्वीय साहाय्यक, मंत्रालयातील मंत्र्यांचे खासगी सचिव, जीवन प्राधिकरण (मुंबई) येथील मुख्य प्रशासकीय अधिकारी म्हणून कार्यरत.
- वर्ष २००५मध्ये नाशिकचे अतिरिक्त जिल्हाधिकारी, २०१० ते २०१३ दरम्यान मुख्यमंत्र्यांच्या कार्यालयात सहसचिव आणि २०१३पासून ते ठाण्याचे मुख्य कार्यकारी अधिकारी म्हणून कार्यरत.
- जिल्हाधिकारी सांगली (२०१५-२०१७), भूजल संचालक (२०१७-२०१९), पुणे महापालिका आयुक्त (२०२०-२१) व महाराष्ट्राचे साखर आयुक्त (२०१९-२०२३) या महत्त्वाच्या पदांवर कामकाज.
- शेती, कायदा, स्वस्त धान्य पुरवठा, महसूल व प्रशासन अशा विविध विषयांवर पुस्तक लेखन.
- सांगलीतील अग्रणी नदीच्या पुनर्जीवनासाठी राष्ट्रीय जल पुरस्कार व घरपोच धान्य योजनेसाठी राजीव गांधी प्रशासकीय गतिमानता पुरस्कार प्राप्त. त्यांच्या *शेतीचे कायदे* पुस्तकास मराठी वाङ्मय पुरस्कार.

www.ingramcontent.com/pod-product-compliance
Lightning Source LLC
LaVergne TN
LVHW010755051026
849532LV00007B/2377
* 9 7 8 8 1 1 9 3 1 1 1 7 0 *